この本は、日本語能力試験のレベル別シリーズの一冊となっており、本書はN3合格を目指すためのものです。

日本語能力試験によく取り上げられ、毎日の暮らしにも役立つ単語をリストアップしました。チャプター・セクションごとにテーマがあり、それぞれの場面をイメージして学べます。英語とベトナム語の対訳がついているので、単語や例文の意味もスムーズに確認することができます。N3レベルの基本単語に加え、「同義語」「反義語」「関連語・類義語」、コラムで挙げた単語・表現を含め、約2,000語を収録しました。

すべての漢字にルビがついているので、辞書なしで勉強 できるのも魅力です。また、赤シート、単語と例文の音声、チャプターごとの模擬試験も用意しました。

日本で学習している方はもちろん、日本以外の国で学習 している方にもイメージしやすい内容になっています。この単語帳は試験対策だけではなく、日本語を学習する皆さんにとって心強い一冊になります。合格を心から祈っています。

2016 年 6 月

著者一同

This series is divided into levels corresponding to the levels of the Japanese Language Proficiency Test. This volume is for learners aiming to pass the N3 level of the JLPT.

This book presents vocabulary words found commonly on the Japanese Language Proficiency Test and used in daily life in Japan. Each section of every chapter has its own theme to help you study efficiently while visualizing each setting. English and Vietnamese translations are included so you can study smoothly and with ease. Along with the basic vocabulary for the N3 level, the book presents 2,000 words including synonyms, antonyms, related words and quasi-synonyms, as well as words and phrases mentioned in the column.

This book also includes the readings for all of the kanji, so we hope that you are able to make use of this handbook of sorts without the additional aid of any dictionary. Furthermore, a red sheet and audio files for every vocabulary word and example sentence have been provided for further assistance, along with practice tests for each chapter.

These books are easy to follow and understand for those studying both inside and outside of Japan. We strongly hope that they serve to not only help you prepare for the JLPT, but also help with you study of Japanese.

June 2016
From the Authors

Đây là một quyển thuộc bộ sách được chia theo cấp độ của Kỳ thi Năng lực Nhật ngữ và quyển sách này dành cho các bạn đang hướng đến mục tiêu thi đậu N3.

Chúng tôi đã lọc ra một danh sách các từ vựng thường xuất hiện trong Kỳ thi Năng lực Nhật ngữ cũng như có ích trong sinh hoạt thường ngày. Có đề tài theo từng chương, phần, để các bạn có thể vừa hình dung từng tình huống vừa học. Vì có kèm theo bản dịch tiếng Anh và tiếng Việt nên các bạn có thể kiểm tra ý nghĩa của từ vựng và câu ví dụ một cách dễ dàng. Có khoảng 2.000 từ bao gồm phần "Từ đồng nghĩa", "Từ trái nghĩa", "Từ liên quan – Từ tương đương" của các từ vựng căn bản cấp độ N3 và từ vựng, mẫu câu được đưa ra ở Góc kiến thức.

Tất cả chữ Kanji đều có phiên âm cách đọc nên bạn có thể học mà không cần đến tự điển cũng là điểm hấp dẫn của cuốn sách này.

Ngoài ra, chúng tôi cũng đã chuẩn bị cả tấm bìa đỏ, phần phát âm từ vựng và câu ví dụ, bài thi thử trong từng chương.

Đây là bộ sách có nội dung mà đương nhiên các bạn đang học tập tại Nhật và cả các bạn đang học tại các nước ngoài Nhật Bản đều có thể hình dung dễ dàng. Sổ tay từ vựng này không chỉ là đối sách luyện thi mà còn là một quyển sách hỗ trợ tinh thần mạnh mẽ cho các bạn học tập tiếng Nhật. Chúng tôi thành tâm chúc các bạn thi đậu.

Tháng 6 năm 2016
Nhóm tác giả

▶ **テーマ別単語学習**
べつたん ご がくしゅう
Study vocabulary by theme / Học từ vựng theo đề tài

日本語能力試験で取り上げることが多い単語がテーマ別にチャプター・セクションでまとめられています。チャプターの順どおりに進めてもいいですし、興味のあるチャプターから始めてもいいでしょう。

Vocabulary words often used on the Japanese Language Proficiency Test are divided into various themes organized into chapters and sections for ease of study. You may progress sequencially through each chapter, or skip begin from whatever chapter interests you.

Những từ vựng xuất hiện nhiều trong kỳ thi năng lực tiếng Nhật sẽ được tóm tắt theo đề tài trong từng chương - mục. Bạn có thể học theo thứ tự chương hay bắt đầu từ chương nào bạn thích cũng được.

▶ **模擬試験で腕試し**
も ぎ し けん うでだめ
Use the practice test to gauge your progress / Thử sức với bài thi thử

日本語能力試験の語彙問題の模擬試験がウェブサイトにあります（PDF／オンライン）。くわしくはウェブサイトをご覧ください。

https://www.ask-books.com/jp/hajimete-jlpt/

The Japanese Language Proficiency Test practice test is available at our website for pdf download or use online. Please see the website for more details.

Bài thi thử môn Từ vựng của kỳ thi năng lực tiếng Nhật có trên trang web (PDF/ trực tuyến). Vui lòng xem trang web để biết thêm chi tiết.

▶ **赤シートの活用**
あか かつよう
Using the red sheet / Sử dụng hiệu quả tấm bìa đỏ

付属の赤シートで、単語と例文中の単語を隠して学習できます。訳を参照して、隠れている語がすぐに思い出せるか確認しましょう。

Use the included red sheet to hide vocabulary words and example sentences for studying. Try showing the translation while trying to guess the hidden vocabulary word.

Bạn có thể học từ vựng và từ vựng trong câu ví dụ bằng cách che chúng bằng tấm bìa đỏ kèm theo sách này. Tham chiếu với phần dịch và kiểm tra xem mình có nhớ ra ngay từ đã che hay không.

▶ **音声の活用**
おんせい かつよう
Using the audio files / Sử dụng hiệu quả phần âm thanh

単語と例文の音声がウェブサイトにあります。くわしくはウェブサイトをご覧ください。https://www.ask-books.com/jp/hajimete-jlpt/

Audio files for the vocabulary words and example sentences are available on the website. Please see the website for more details.

Phần phát âm từ vựng và câu ví dụ có ở trang web. Vui lòng xem trang web để biết thêm chi tiết.

単語の番号です。
This is the vocabulary word number.
Số thứ tự của từ vựng.

覚えたら、チェックボックスに
チェックを入れましょう。
If you have memorized it, check the box.
Nếu nhớ rồi, hãy đánh dấu vào ô
vuông.

単語の品詞です。
This is the part of speech of the
vocabulary word.
Từ loại của từ vựng.

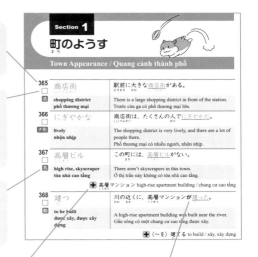

Section 1

町のようす
まち

Town Appearance / Quang cảnh thành phố

365 ☐	商店街 しょうてんがい 名 shopping district phố thương mại	駅前に大きな商店街がある。 えきまえ おお しょうてんがい There is a large shopping district in front of the station. Trước cửa ga có phố thương mại lớn.
366 ☐	にぎやかな ナ形 lively nhộn nhịp	商店街は、たくさんの人でにぎやかだ。 しょうてんがい ひと The shopping district is very lively, and there are a lot of people there. Phố thương mại có nhiều người, nhộn nhịp.
367 ☐	高層ビル こうそう 名 high rise, skyscraper tòa nhà cao tầng	この町には、高層ビルがない。 まち こうそう There aren't skyscrapers in this town. Ở thị trấn này không có tòa nhà cao tầng. ➕ 高層マンション high-rise apartment building / chung cư cao tầng
368 ☐	建つ た 動 to be built được xây, được xây dựng	川の近くに、高層マンションが建った。 かわ ちか こうそう た A high-rise apartment building was built near the river. Gần sông có một chung cư cao tầng được xây.

➕ （〜を）建てる to build / xây, xây dựng
た

一緒に覚える単語と、注意点や説明などです。
いっしょ おぼ たんご ちゅういてん せつめい
These are related vocabulary words, points to keep in mind
and explanations.
Từ vựng nhớ cùng nhau, và các điểm cần lưu ý, giải thích v.v.

➕：関連語・類義語など
かんれんご るいぎご
Related words or similar words
Từ liên quan - Từ tương đương v.v.

＝：同義語 Synonyms / Từ đồng nghĩa
どうぎご

↔：反義語 Antonyms / Từ trái nghĩa
はんぎご

☞：注意点や説明
ちゅういてん せつめい
Points to keep in mind or explanations
Điểm cần lưu ý và giải thích

太字は自動詞・他動詞
ふとじ じどうし たどうし
の助詞です。
じょし
The word in bold is the
particle for the transitive
or intransitive verb.
Chữ đậm là trợ từ của tự
động từ - tha động từ.

▶ この本で使用する品詞の一覧
ほん しよう ひんし いちらん

All of the parts of speech used in this book
Danh sách từ loại sử dụng trong sách này

名：名詞 Noun / Danh từ めいし	動：動詞 Verb / Động từ どうし	副：副詞 Adverb / Phó từ ふくし
接続：接続詞 Conjunction / Từ nối せつぞくし		慣：慣用句 idiom / Thành ngữ かんようく
ナ形：ナ形容詞 Na-adjective / Tính từ loại "Na" (Hình dung từ "Na") けいようし		
イ形：イ形容詞 I-adjectives / Tính từ loại "I" (Hình dung từ "I") けいようし		
連体：連体詞 Adnominal adjective / Liên thể từ れんたいし		

人と人との関係
ひと　　ひと　　　かんけい

Relationships between People
Quan hệ giữa người với người

家族
か　ぞく

Family / Gia đình

1 □ 名	父親 ちちおや **father** **bố tôi, người bố**	父親は今年５０歳になる。 ちちおや　　ことし　ごじゅっさい My father turns 50 this year. Bố tôi năm nay 50 tuổi
2 □ 名	母親 ははおや **mother** **mẹ tôi, người mẹ**	母親の料理は、とてもおいしい。 ははおや　　りょうり My mother's cooking is very delicious. Các món ăn của mẹ tôi nấu rất ngon.
3 □ 名	長女 ちょうじょ **oldest daughter** **trưởng nữ, con gái cả, con gái đầu lòng**	私は長女で、妹が一人いる。 わたし　ちょうじょ　　いもうと　ひとり I'm the oldest daughter, and I have one younger sister. Tôi là con gái cả, dưới tôi còn một em gái nữa.
4 □ 名	長男 ちょうなん **oldest son** **trưởng nam, con trai cả, con trai đầu lòng**	姉に元気な長男が生まれた。 あね　げんき　ちょうなん　う My oldest sister gave birth to her oldest son. Chị tôi đã sinh được cậu con trai đầu lòng khỏe mạnh.
5 □ 名	次女 じじょ **second-oldest daughter** **con gái thứ hai**	次女は母に似ている。 じじょ　はは　に The second-oldest daughter in our family resembles our mother. Cô con gái thứ hai giống mẹ.

≡ 二女
　じじょ

6 □ 名	次男 じなん **second-oldest son** **con trai thứ hai**	次男はとても背が高い。 じなん　　　せ　たか My second-oldest son is very tall. Cậu con trai thứ hai người rất cao.

≡ 二男
　じなん

7 □	三女 さんじょ	三女は小学一年生だ。 さんじょ　しょうがくいちねんせい

名	third-oldest daughter con gái thứ ba	Our third-oldest daughter is a first-grader in elementary school. Cô con gái thứ ba là học sinh lớp một tiểu học.

8 三男
さんなん

三男は兄弟の中で一番元気だ。
さんなん　きょうだい　なか　いちばんげんき

名	third-oldest son con trai thứ ba	My third-oldest son is the most spirited of his siblings. Trong anh em, cậu con trai thứ ba là khỏe mạnh nhất.

9 末っ子
すえ　こ

彼は5人兄弟の末っ子だ。
かれ　にんきょうだい　すえ　こ

名	youngest child con út	He is the youngest child of five siblings. Anh ấy là con út trong gia đình có 5 anh em.

10 一人っ子
ひとり　こ

私の友だちには、一人っ子が多い。
わたし　とも　ひとり　こ　おお

名	only child con một	Many of my friends are only children. Bạn bè tôi nhiều người là con một.

11 姉妹
しまい

私は3人姉妹の末っ子だ。
わたし　にんしまい　すえ　こ

名	sisters, female siblings chị em gái	I am the youngest of three sisters. Tôi là con út trong gia đình có 3 chị em gái.

12 一人娘
ひとりむすめ

父親は一人娘の結婚式で泣いた。
ちちおや　ひとりむすめ　けっこんしき　な

名	only daughter con gái độc nhất, con gái duy nhất	The father cried at the wedding of his only daughter. Người cha đã khóc trong đám cưới của cô con gái duy nhất của mình.

➕ 一人息子 only son / con trai độc nhất
ひとりむすこ

13 親子
おやこ

最近、親子でよく海外旅行をしている。
さいきん　おやこ　かいがいりょこう

名	parent and child bố mẹ con cái	Lately, we have been going on trips as parent and child. Gần đây, bố mẹ con cái hay đi du lịch nước ngoài cùng nhau.

14 夫婦
ふうふ

佐藤さん夫婦は、毎日散歩している。
さとう　ふうふ　まいにちさんぽ

名	husband and wife, married couple vợ chồng	Mr. and Mrs. Sato go for walks every day. Vợ chồng anh Sato hàng ngày đi dạo.

15 [ご] 夫妻
ふさい

名 **married couple**
vợ chồng

部長ご夫妻の家に招待された。
ぶちょう ふさい いえ しょうたい

I was invited to my department manager and his wife's house.
Tôi được vợ chồng trưởng phòng mời đến nhà chơi.

👉 The term 夫妻 is more formal and rigid than 夫婦, and is used in combinations like 田中夫妻 (the Tanakas). / Từ " 夫妻 " là cách nói trang trọng hơn từ " 夫婦 ", được dùng cùng với tên để gọi như " 田中夫妻 ".
なか

16 親類
しんるい

名 **relatives, kin**
họ hàng

田中さんと私は親類だ。
たなか わたし しんるい

Tanaka-san and I are relatives.
Anh Tanaka và tôi là chỗ họ hàng.

= 親せき
しん

17 先祖
せん ぞ

名 **ancestor**
tổ tiên

うちの先祖に、有名なサムライがいるそうだ。
せん ぞ ゆうめい

I hear that one of my ancestors is a famous samurai.
Nghe nói trong tổ tiên của nhà tôi có một vị Samurai nổi tiếng.

➕ 祖先 ancestor / ông tổ, tổ tiên
そ せん

18 尊敬〈する〉
そんけい

名 **respect, looking up to**
kính trọng

私は両親をとても尊敬している。
わたし りょうしん そんけい

I look up to my parents a lot.
Tôi rất kính trọng bố mẹ tôi.

19 おじ

名 **uncle**
chú, cậu, bác trai

父とおじは二人兄弟だ。
ちち ふたりきょうだい

My father and my uncle are the only siblings in the family.
Bố tôi và chú là hai anh em.

👉 Both one's parent's younger and older brothers are referred to as おじ , but the kanji are different. / Em trai và anh trai của bố mẹ đều gọi là " おじ " (Tuy viết chữ Hán thì khác nhau).

20 おば

名 **aunt**
cô, dì, bác gái

私は母親よりおばに、いろいろ相談する。
わたし ははおや そうだん

I consult with my aunt more than my mother.
Tôi tâm sự nhiều với dì hơn là mẹ.

👉 Both one's parent's younger and older sisters are referred to as おば , but the kanji are different. / Em gái và chị gái của bố mẹ đều gọi là " おば " (Tuy viết chữ Hán thì khác nhau).

21 □

いとこ

名 cousin
anh chị em họ

今日、いとこが遊びに来る。
きょう　　　　　　　あそ　く

Today, my cousin is coming to play.
Hôm nay tôi đi chơi với người em họ.

👍 Used for both men and women / Dùng cho cả nam và nữ

22 □

おい

名 nephew
cháu trai

おいが生まれて、私もおばさんになった。
う　　　　　わたし

My nephew was just born, so I'm an aunt now.
Cháu trai chào đời, thế là tôi trở thành dì (cô).

23 □

めい

名 niece
cháu gái

おいもめいも、とてもかわいい。

Both my nephew and my niece are very cute.
Cả cháu trai lẫn cháu gái đều rất dễ thương.

24 □

連れる
つ

動 to take, to lead
dẫn đi, dắt đi

子どもを連れて、近所の公園に行く。
こ　　　　つ　　　きんじょ　こうえん　い

I take my child and go to the local park.
Tôi dắt con đi chơi công viên gần nhà.

25 □

似る
に

動 to resemble, to look like
giống

A「お父さんとお母さん、
とう　　　　かあ
　どちらに似ていますか。」
に
B「父に似ていると言われます。」
ちち　に　　　　　い

A: Which do you most resemble, your mother or your
    father?
B: I'm told I resemble my father.
A: Bố với mẹ thì bạn giống ai?
B: Mọi người bảo, tôi giống bố.

👍 It is usually used in the conjugated form 似ている.
Thông thường dùng từ này dưới dạng " 似ている ".

26 □

そっくりな

ナ形 exactly like
giống hệt, giống như
đúc

妹の顔は、父親にそっくりだ。
いもうと　かお　　ちちおや

My younger sister's face looks exactly like our father's.
Gương mặt của em gái giống bố như đúc.

友だちと知り合い
とも　　　　　し　　あ

Friends and Acquaintances / Bạn bè và người quen

27

親友
しんゆう

名 **close friend**
bạn thân

私には親友が３人います。
わたし　　　しんゆう　　　にん

I have three close friends.
Tôi có 3 người bạn thân.

28

仲間
なかま

名 **comrade, mate, friend,**
fellow member of a group
hội, bạn, hội bạn

彼もサッカーの仲間に入れよう。
かれ　　　　　　　　なかま　　い

Let's include him in our soccer buddies.
Cho cậu ta cùng tham gia vào hội bóng đá nào!

➕ 遊び仲間 playmate / hội chơi, bạn chơi・テニス仲間 tennis partner / bạn chơi quần vợt
　あそ　なかま　　　　　　　　　　　　　　　　　　　なかま

29

仲良し
なか　よ

名 **close friend, intimate friend**
thân, thân thiết, quan hệ tốt

クラスメートは、みんな仲良しだ。
　　　　　　　　　　　　なか　よ

All of my classmates are close friends.
Tất cả bạn bè trong lớp đều thân thiết với nhau.

30

幼なじみ
おさな

名 **childhood friend**
bạn thuở bé

いなかに帰ると、いつも幼なじみに会う。
　　　　かえ　　　　　　　おさな　　　　あ

Whenever I go back home to the countryside, I always
meet up with my childhood friend.
Mỗi khi về quê, bao giờ tôi cũng đi gặp lũ bạn thuở bé.

31

友情
ゆうじょう

名 **friendship**
tình bạn

彼との友情をいつまでも大切にしたい。
かれ　　　ゆうじょう　　　　　　　たいせつ

I want to value my friendship with him forever.
Tôi luôn muốn giữ gìn tình bạn với anh ấy.

32

親しい
した

イ形 **intimate, close**
thân

親しい友だちの結婚式に招待された。
した　　とも　　　けっこんしき　しょうたい

I was invited to my close friend's wedding.
Tôi được mời dự đám cưới của người bạn thân.

33

知人
ちじん

名 **acquaintance**
người quen

知人の紹介で、彼と知り合った。
ちじん　しょうかい　　かれ　し　あ

I met him through an introduction from a friend.
Tôi biết anh ấy qua giới thiệu của người quen.

➕ 知り合う to become aquainted with / biết nhau
　し　あ

34 メンバー

A「明日のパーティーの<u>メンバー</u>は、
　だれですか。」

B「先生と私たちです。」

名 **member**
thành viên, thành phần
tham dự

A: Who are the members of tomorrow's party?
B: The teacher and us.
A: Thành phần tham dự buổi tiệc ngày mai là những ai?
B: Là thầy (cô) giáo và chúng tôi ạ.

35 つなぐ

子どもたちは、手を<u>つないで</u>学校に行く。

動 **to put together, to tie**
together, to connect
nắm, nối, thông

The children go to school holding hands.
Bọn trẻ con nắm tay nhau đến trường.

36 つながる

夜になっても、電話が<u>つながら</u>ない。

動 **to be put together, to be**
connected
kết nối, gọi được

Even at night, my calls won't go through.
Đến tận đêm điện thoại cũng không gọi được.

37 当時

彼女はクラスメートだったが、
<u>当時</u>は、あまり話さなかった。

名 **at that time, then**
lúc đó, thời đó

She was my classmate, but we didn't talk much back then.
Cô ấy từng là bạn học cùng lớp với tôi nhưng thời đó
chẳng hay nói chuyện mấy.

38 祝う

友だちの婚約を<u>祝う</u>ための会を開いた。

動 **to celebrate**
mừng, chúc mừng

We threw a party to celebrate our friend's engagement.
Tôi tổ chức buổi mừng bạn đính hôn.

■ お祝いする ✚ [お] 祝い celebration / (việc) mừng

39 遠慮〈する〉

<u>遠慮</u>しないで食べてください。

名 **hesitation, declining**
sự làm khách, e ngại,
giữ kẽ

Please don't hesitate to eat some.
Hãy ăn đi, đừng làm khách!

40 しょっちゅう

副 often, frequently
thường xuyên

幼なじみと<u>しょっちゅう</u>食事している。

I often have a meal with my childhood friend.
Tôi thường xuyên đi ăn uống cùng với lũ bạn thuở bé.

41 たびたび

副 again and again,
repeatedly
nhiều lần

仕事中に、友だちから<u>たびたび</u>メールが来る。

I get messages from my friend again and again while at work.
Nhiều lần e-mail bạn bè gửi đến trong lúc đang làm việc.

42 たまに

副 occasionally, once in a while
thi thoảng

大学の友だちと<u>たまに</u>お酒を飲む。

I sometimes go drinking with my friends from college.
Thi thoảng tôi đi uống cùng với bạn bè đại học.

43 たまたま

副 by chance, unexpectedly
tình cờ, ngẫu nhiên

昨日駅前で、<u>たまたま</u>高校時代の友だちに会った。

Yesterday, I happened to meet an old friend from high school in front of the station.
Hôm qua, tình cờ tôi gặp lại người bạn thời cấp ba ở trước ga.

44 めったに

副 rarely
họa hoằn, hiếm khi

東京に来てから、幼なじみと<u>めったに</u>会えない。

Since coming to Tokyo, I'm rarely able to meet with my childhood friends.
Từ khi đến Tokyo, tôi hiếm khi gặp được bạn bè thuở bé.

45 しばらく

副 a while, a moment
một lúc, một thời gian

幼なじみと<u>しばらく</u>会っていない。

I haven't seen my childhood friend in a while.
Một thời gian tôi không gặp bạn thuở bé.

46 別々〈な〉
べつべつ

名
ナ形 different, separate
sự khác nhau, riêng biệt (riêng biệt)

親友とは<u>別々</u>の大学に進んだ。（名）
これは<u>別々</u>に入れてください。（ナ形）

I went on to a different college than my close friend.
Please put this in separately.
Tôi và bạn thân mỗi đứa vào một trường đại học khác nhau.
Cái này bỏ riêng ra nhé!

Section 3

恋人
こいびと

Lovers / Người yêu

47

彼女
かのじょ

名 **girlfriend**
cô ấy, bạn gái

彼女ができたので、毎日が楽しい。
かのじょ　　　　　　　　　　まいにち　　たの

I have a girlfriend now, so every day is fun.
Tôi mới có bạn gái nên ngày nào cũng vui.

☞ 彼女 is also used as a pronoun for girls and women.
Từ " 彼女 " cũng dùng với nghĩa chỉ người phụ nữ.

48

彼
かれ

名 **boyfriend**
anh ấy, bạn trai

両親は、彼をあまり好きじゃないようだ。
りょうしん　　かれ　　　　　　す

My parents don't really seem to like my boyfriend.
Bố mẹ tôi có vẻ không thích anh ấy lắm.

■ 彼氏
かれし

☞ 彼 is also used as a pronoun for boys and men, while 彼氏 is only used to mean male lover / Từ " 彼 " cũng dùng với nghĩa chỉ người nam nhưng từ " 彼氏 " thì chỉ mang nghĩa là người yêu.

49

愛情
あいじょう

名 **love**
tình yêu

やさしい人だとわかり、友情が愛情に変わった。
ひと　　　　　　　　　ゆうじょう　　あいじょう　か

I realized that he was a kind person, and our friendship turned to love.
Tôi cảm nhận được đó là một người hiền lành và tình bạn đã chuyển sang thành tình yêu.

50

出会い
であ

名 **encounter**
cuộc gặp gỡ

それはドラマのような出会いだった。
であ

Our meeting was like something out of a TV drama.
Đó là một cuộc gặp gỡ giống như trong phim vậy.

51

出会う
であ

動 **to come across, to encounter**
gặp, gặp gỡ

アメリカに旅行したとき、彼女に出会った。
りょこう　　　　　　かのじょ　であ

I met her when I traveled to America.
Tôi đã gặp gỡ cô ấy khi đi du lịch qua Mỹ.

---

52 □ 付き合う
（つ）（あ）

①二人は半年前から付き合っている。
（ふたり）（はんとしまえ）（つ）（あ）
②これから友だちの買い物に付き合う。
（とも）（か）（もの）（つ）（あ）

動　to go out with, to date,
to accompany, to go with
yêu nhau, quan hệ,
cùng đi

① Those two have been dating since six months ago.
② I'm going to go shopping with my friend now.
① Hai người yêu nhau từ nửa năm trước.
② Bây giờ tôi cùng đi mua sắm với bạn.

➕ 付き合い socializing / mối quan hệ (giao tiếp, yêu đương)
（つ）（あ）

👉 ① to socialize ② to accompany someone else on an activity
① quan hệ ② Khi người khác làm một việc gì đó thì cùng đi với họ.

53 □ 交際 〈する〉
（こうさい）

彼女の両親が、二人の交際に反対している。
（かのじょ）（りょうしん）（ふたり）（こうさい）（はんたい）

名　association
sự quan hệ, giao thiệp

Her parents are against the couple's relationship.
Bố mẹ cô ấy phản đối mối quan hệ của hai đứa.

54 □ 記念 〈する〉
（き ねん）

彼女の卒業を記念して、写真を撮った。
（かのじょ）（そつぎょう）（き ねん）（しゃしん）（と）

名　commemoration
sự kỷ niệm

We took a picture to commemorate her graduation.
Tôi chụp ảnh kỷ niệm tốt nghiệp của cô ấy.

55 □ 記念日
（き ねん び）

明日は結婚記念日だ。
（あした）（けっこん き ねん び）

名　anniversary
ngày kỷ niệm

Tomorrow is my wedding anniversary.
Mai là ngày kỷ niệm ngày cưới.

56 □ けんか 〈する〉

私たちは、よくけんかする。
（わたし）

名　fight, dispute
sự cãi nhau, cãi vã,
đánh lộn

We fight a lot.
Chúng tôi hay cãi vã.

➕ 口げんか 〈する〉 argument, verbal dispute / sự cãi nhau, cãi vã
（くち）

57 □ 言い返す
（い）（かえ）

彼は注意されると、すぐ言い返す。
（かれ）（ちゅうい）（い）（かえ）

動　to talk back, to retort
nói lại, bắt bẻ, bốp chát

Whenever anyone warns him about something, he
immediately says something back.
Anh ấy hễ bị nhắc nhở là nói trả lại ngay.

58 □ 謝る
（あやま）

私が怒ると、彼はすぐに謝る。
（わたし）（おこ）（かれ）（あやま）

動　to apologize
xin lỗi

When I get angry, he immediately apologizes.
Hễ tôi tức giận là anh ta lại xin lỗi ngay.

59 仲直り〈する〉
なかなお

名 making up,
reconciliation
sự làm lành

３日前にけんかして、まだ仲直りしていない。
みっかまえ　　　　　　　　　　　　　なかなお

We had a fight three days ago, and still haven't made up.
Chúng tôi cãi nhau 3 ngày trước và giờ vẫn chưa làm lành.

60 連れて行く
つ

動 to take (someone) along
dẫn đi, dắt đi

両親の家に彼女を連れて行きたい。
りょうしん　いえ　かのじょ　　つ　い

I want to take my girlfriend to my parents' house.
Tôi muốn dẫn bạn gái đến nhà bố mẹ.

61 連れて来る
つ　く

動 to bring (someone)
along
dẫn đến, dẫn về

兄が彼女を家に連れて来た。
あに　かのじょ　いえ　つ　き

My older brother brought his girlfriend home.
Anh trai tôi dẫn bạn gái về nhà.

62 秘密
ひみつ

名 secret, mystery
bí mật

彼は私の秘密を、みんなに話した。
かれ　わたし　ひみつ　　　　　　はな

He told everyone my secret.
Anh ấy nói điều bí mật của tôi cho tất cả mọi người biết.

63 内緒
ないしょ

名 secret
bí mật, chuyện nội bộ
biết với nhau

この話は、ぜったいに内緒にしてね。
はなし　　　　　　　ないしょ

Please keep what we've talked about an absolute secret.
Chuyện này phải tuyệt đối giữ bí mật đấy nhé!

64 好かれる
す

動 to be liked
được thích, được yêu mến

彼女は、みんなに好かれる人だ。
かのじょ　　　　　　す　　　ひと

She is liked by everyone.
Cô ấy là người được mọi người yêu mến.

65 もてる

動 to be popular
có duyên, đào hoa

どうして彼が女性にもてるのか、わからない。
かれ　じょせい

I don't understand why he is so popular with women.
Tôi không hiểu được tại sao anh ta lại có duyên với phụ nữ.

66 （人を）ふる
ひと

動 to dump, to turn down
(someone)
bỏ (người yêu), từ chối
(ai đó)

弟は彼女にふられて、元気がない。
おとうと　かのじょ　　　　　　げんき

My younger brother was dumped by his girlfriend, so
he's depressed.
Em trai bị bạn gái bỏ nên buồn bã.

67 □

[お]見合い〈する〉
みあ

名 formal marriage interview, dating for the purpose of finding a spouse, arranged meeting
mai mối

姉はお見合いの前に、美容院へ行った。
あね　　み あ　　　まえ　　び ょういん　い

Before going to her formal marriage interview, my older sister went to the beauty salon.
Em gái trước khi đi đến buổi mai mối đã đi làm tóc.

➕ 見合い結婚 arrange marriage / kết hôn qua mai mối
み あ　けっこん

68 □

恋愛〈する〉
れんあい

名 love, affection
chuyện yêu đương, tình yêu

今は恋愛より、いい友だちがほしい。
いま　れんあい　　　　とも

Right now, I'd like a good friend more than love.
Bây giờ tôi muốn có một người bạn tốt hơn là chuyện yêu đương.

➕ 恋愛結婚 marriage of love / kết hôn qua tình yêu
れんあいけっこん

69 □

存在〈する〉
そんざい

名 existence, presence
sự tồn tại, người, thứ

恋人は、ぼくにとって大切な存在だ。
こいびと　　　　　　　たいせつ　そんざい

To me, a lover is a very important thing.
Người yêu là người rất quan trọng đối với tôi.

Section 4

コミュニケーション

Communication / Giao tiếp

---

70 相手
あいて

名 opponent, partner, other person
đối phương, đối tác

自分のことだけでなく、相手のことも考えよう。
じぶん　　　　　　　　　　　あいて　　　　　かんが

Think not only of yourself, but also of others.
Không chỉ mỗi mình mà hãy nghĩ cho cả đối phương nữa.

---

71 助ける
たす

動 to save, to help
giúp, cứu

駅で困っている人を助けた。
えき　こま　　　　　ひと　たす

I helped a person who was having trouble at the station.
Tôi đã giúp một người đang gặp khó khăn ở ga.

---

72 助かる
たす

動 to be saved, to be helped
đỡ, may

友だちがレポートをチェックしてくれたので、
とも
助かった。
たす

My friend helped me by checking my report for me.
Bạn đã giúp tôi kiểm tra lại bài báo cáo, may quá.

---

73 支える
ささ

動 to support
hỗ trợ, nâng đỡ, làm chỗ dựa

国の両親が、いつも私を支えてくれる。
くに　りょうしん　　　　　わたし　ささ

My parents back in my home country always support me.
Bố mẹ tôi ở trong nước luôn luôn hỗ trợ tôi.

---

74 誘う
さそ

動 to invite
rủ, rủ rê

見たい映画があるので、友だちを誘った。
み　　えいが　　　　　　　とも　　さそ

There is a movie I want to see, so I invited a friend.
Tôi có bộ phim muốn xem nên đã rủ bạn đi cùng.

➕ 誘い invitation / (sự) rủ, rủ rê
さそ

---

75 待ち合わせる
ま　あ

動 to meet up with
hẹn gặp nhau

駅前のカフェで、友だちと待ち合わせた。
えきまえ　　　　　　　とも　　ま　あ

I met up with my friend at a café in front of the station.
Tôi đã hẹn gặp bạn ở tiệm cà phê trước ga.

➕ 待ち合わせ meeting, appointment / (sự) hẹn gặp
ま　あ

---

76 交換 〈する〉
こうかん

名 exchange
　　 sự trao đổi

仕事の相手と、メールアドレスを交換した。
しごと　あいて　　　　　　　　　　　こうかん

I exchanged e-mail addresses with a person I work with.
Tôi đã trao đổi địa chỉ e-mail với đối tác công việc.

77 交流 〈する〉
こうりゅう

名 exchange, networking
　　 sự giao lưu

いろいろな国の人たちと交流したい。
くに　ひと　　　こうりゅう

I want to network with people from many different countries.
Tôi muốn giao lưu với mọi người đến từ nhiều nước khác nhau.

78 断る
ことわ

動 to refuse, to reject
　　 từ chối

兄の友だちにデートに誘われたが、断った。
あに　とも　　　　　　さそ　　　　　ことわ

My older brother's friend asked me out on a date, but I refused.
Bạn của anh trai rủ đi hẹn hò nhưng tôi đã từ chối.

79 預ける
あず

動 to deposit, to entrust to ~
　　 gửi, gửi trông hộ

旅行の間、友だちにペットを預けた。
りょこう　あいだ　とも　　　　　　あず

While I was away on my trip, I entrusted my pet to my friend.
Tôi đã gửi bạn trông hộ con thú cưng trong thời gian đi du lịch.

80 預かる
あず

動 to be deposited, to be entrusted to ~
　　 trông hộ

友だちの旅行の間、彼女のペットを預かった。
とも　　　りょこう　あいだ　かのじょ　　　　あず

While my friend was away on a trip, I was entrusted with her pet.
Tôi đã trông hộ con thú cưng của bạn tôi trong thời gian cô ấy đi du lịch.

81 かわいがる

動 to show affection, to favor
　　 cưng chiều, yêu chiều, quý

彼女は、みんなからかわいがられている。
かのじょ

She is favored by everyone.
Cô ấy được mọi người quý.

82 甘やかす
あま

動 to spoil, to pamper
　　 chiều, chiều chuộng

両親は弟を甘やかしている。
りょうしん　おとうと　あま

My parents spoil my younger brother.
Bố mẹ tôi chiều chuộng em trai.

83 ついて来る
く

動 to come with; to come along
　　 đi theo, bám theo

散歩にいつも妹がついて来る。
さんぽ　　　　　いもうと

My younger sister always comes with me on walks.
Em gái tôi lúc nào cũng bám theo khi đi dạo.

⬌ ついて行く
い

84 □

抱く
だ

かわいい赤ちゃんを<u>抱いた</u>。
あか　　　　　　だ

動　to hug, to embrace, to hold
ôm, bế

I held a cute baby.
Tôi bế em bé dễ thương.

85 □

話しかける
はな

兄は、赤ちゃんに<u>話しかけた</u>。
あに　　　　　　　　はな

動　to talk to, to initiate a
conversation
bắt chuyện

My older brother started talking to the baby.
Anh trai tôi bắt chuyện với em bé.

86 □

無視〈する〉
むし

知り合いに話しかけたのに、<u>無視された</u>。
し　あ　　　はな　　　　　　　　むし

名　ignoring
sự làm ngơ, bỏ qua

I tried to talk to an acquaintance of mine, but I was ignored.
Tôi bắt chuyện với người quen nhưng đã bị người đó làm ngơ.

87 □

振り向く
ふ　む

後ろから名前を呼ばれて、<u>振り向いた</u>。
うし　　　なまえ　よ　　　　　　ふ　む

動　to turn around
quay lại, ngoái đầu
quay lại

My name was called from behind me and I turned around.
Bị gọi tên từ phía sau, tôi ngoái đầu quay lại.

88 □

いただく

部長に日本のお酒を<u>いただいた</u>。
ぶちょう　にほん　　さけ

動　to receive
nhận, được ai đó cho cái
gì (cách nói kính ngữ)

I received some Japanese sake from the department chief.
Tôi được trưởng phòng cho rượu sake.

☞ 〜ていただく is used when one's superior does something for the receiver.
Dùng " 〜ていただく " khi được người trên làm cho điều gì đó.

89 □

くださる

社長の奥様が、お菓子を<u>くださった</u>。
しゃちょう　おくさま　　かし

動　to give
cho

The president's wife gave me some sweets.
Phu nhân giám đốc cho tôi bánh.

☞ 〜てくださる is used when one's superior did something for the receiver.
Dùng " 〜てくださる " khi người trên làm cho điều gì đó.

90 □

差し上げる
さ　あ

先生に国のお土産を<u>差し上げた</u>。
せんせい　くに　　みやげ　　さ　あ

動　to give
tặng, biếu

I gave the teacher a souvenir from my country.
Tôi biếu thầy (cô) giáo món quà nước tôi.

☞ 〜て差し上げる is used when doing something for one's superior.
Dùng " 〜て差し上げる " khi làm điều gì đó cho người trên.

---

91 やる

買ったばかりのバッグを妹にやった。

動 to give
cho

I gave my little sister the bag I just bought.
Tôi cho em gái cái túi xách vừa mới mua.

☞ ～てやる is used when doing something for someone to whom the giver is superior or for plants or animals. However, ～てあげる is nowadays often used as well.
Dùng " ～てやる " khi làm điều gì đó cho người dưới hoặc động thực vật. Tuy nhiên, gần đây phần nhiều là dùng " ～てあげる ".

---

92 与える

彼女は、私たちに元気を与えてくれる人だ。

動 to give, to grant, to bestow
làm cho, mang đến

She is a person who cheers us up.
Cô ấy là người mang đến sự vui vẻ cho chúng tôi.

---

93 味方 〈する〉

私はいつも、あなたの味方です。

名 ally, supporter, friend
đứng về phía

I will always be on your side.
Tôi luôn đứng về phía bạn.

---

94 悪口

人の悪口を言うのは、やめよう。

名 bad mouthing, foul language
nói xấu

Let's stop bad mouthing people.
Hãy thôi nói xấu người khác đi!

---

95 我々

これが我々の意見です。

名 we, us
chúng tôi

This is our opinion.
Đây là ý kiến của chúng tôi.

➕ 私たち we, us / chúng tôi

☞ 我々 is a very formal expression, often used when giving speeches
Từ " 我々 " là cách nói trịnh trọng. Dùng trong trường hợp bài phát biểu, v.v..

---

96 まね 〈する〉

人のまねではなく、自分の考えを持とう。

名 imitation, copy, mimic
sự bắt chước, làm theo

Don't copy other people; try to have your own ideas.
Không phải là làm theo người khác mà hãy có chính kiến của mình!

Section 5

どんな人？
ひと

What Kind of Person? / Là người như thế nào?

97

名字
みょうじ

名 **surname, family name**
họ (tên)

彼の名字は、とても珍しい。
かれ　みょうじ　　　　　　めずら

His surname is very uncommon.
Họ của anh ấy rất hiếm.

98

性別
せいべつ

名 **gender**
giới tính

名前を書いて、性別に○をしてください。
なまえ　か　　　　せいべつ

Please write your name and circle the appropriate gender.
Hãy viết tên và khoanh tròn vào giới tính.

➕ 男性 male / nam giới, đàn ông・女性 female / nữ giới, phụ nữ
だんせい　　　　　　　　　　　　　　　　じょせい

99

年齢
ねんれい

名 **age**
tuổi, tuổi tác

女性に年齢を聞いてはいけない。
じょせい　ねんれい　き

You mustn't ask a woman her age.
Không được hỏi tuổi tác của phụ nữ.

100

高齢
こうれい

名 **old age, advanced age**
cao tuổi, nhiều tuổi

日本には、高齢で元気な人が多い。
にほん　　　　こうれい　げんき　ひと　おお

In Japan, there are many people who are elderly and healthy.
Ở Nhật Bản có nhiều người cao tuổi khỏe mạnh.

➕ 高齢者 elderly / người cao tuổi・高齢化 population aging / già hóa・
こうれいしゃ　　　　　　　　　　　　　　　こうれいか

[お]年寄り elderly person / người già
としよ

101

老人
ろうじん

名 **the aged, elderly people**
người già

ボウリングは、老人も好きなスポーツだ。
ろうじん　す

Bowling is a sport that elderly people also like.
Bowling là môn thể thao yêu thích của người già.

102

幼児
ようじ

名 **toddler**
trẻ ấu nhi (trẻ từ 1-5 tuổi)

この教室では、幼児が英語を勉強している。
きょうしつ　　　　ようじ　えいご　べんきょう

In this classroom, toddlers are studying English.
Trẻ ấu nhi đang học tiếng Anh ở lớp này.

➕ 乳児 infant / trẻ nhũ nhi, trẻ sơ sinh (mới sinh ~ 1 tuổi)・
にゅうじ

児童 children / nhi đồng (thường chỉ trẻ 6 tuổi trở lên)
じどう

103 出身
しゅっしん

名 one's origin, one's hometown
xuất thân, sinh ra

彼はタイのバンコク出身だ。
かれ　　　　　　　　　しゅっしん

He's from Bangkok, Thailand.
Anh ấy sinh ra ở Băng Cốc, Thái Lan.

➕ 出身地 hometown, place of origin / nơi xuất thân, nơi sinh ・
しゅっしんち
出身大学 alma mater / trường đại học tốt nghiệp
しゅっしんだいがく

104 生まれ
う

名 place of birth
(sự) sinh ra, chào đời

私は大阪生まれだ。
わたし　おおさか う

I was born in Osaka.
Tôi sinh ra ở Osaka.

➕ 生まれる to be born / sinh ra
う

105 育ち
そだ

名 place where one was raised
(sự) lớn lên, trưởng thành

私は大阪生まれ、東京育ちだ。
わたし　おおさか う　　　とうきょうそだ

I was born in Osaka and raised in Tokyo.
Tôi sinh ra ở Osaka, lớn lên ở Tokyo.

➕ 育つ to raise, to grow / lớn lên, trưởng thành
そだ

106 行儀
ぎょうぎ

名 etiquette, behavior
hành vi, cư xử

あの子は、とても行儀がいい。
こ　　　　　　ぎょうぎ

That child is very well behaved.
Đứa trẻ đó có hành vi rất tốt.

107 マナー

名 manners
phép lịch sự, ứng xử

彼はタバコのマナーを知らない。
かれ　　　　　　　　　　し

He doesn't have any manners when it comes to smoking.
Anh ta không biết phép lịch sự khi hút thuốc.

🟰 礼儀
れいぎ

108 個人
こじん

名 individual
cá nhân

個人のデータは、あまり教えないほうがいい。
こじん　　　　　　　　　おし

It's best to not give people your personal data.
Không nên cho biết dữ liệu cá nhân.

➕ 個人的な personal / mang tính cá nhân ・ 個人情報 personal information / thông tin cá nhân
こじんてき　　　　　　　　　　　　　こじんじょうほう

109

アドレス

<u>アドレス</u>は名刺に書いてある。
　　　　　めいし　か

名　mail address
　　địa chỉ e-mail

The mail address is written on the business card.
Địa chỉ e-mail có ghi trên danh thiếp.

■ メールアドレス

👉 For addresses of places where people live, the word 住所 is generally used.
　　　　　　　　　　　　　　　　　　　　　　　　じゅうしょ
　　Thông thường dùng từ " 住所 " cho trường hợp nói về nơi đang ở.

110

本人
ほんにん

あなたが<u>本人</u>か、確認させてください。
　　　　　ほんにん　　　かくにん

名　person in question, said
　　person
　　bản thân, đúng người

Please let me confirm that you are the said person.
Hãy cho tôi xác nhận có phải đúng là anh (chị) hay
không!

111

独身
どくしん

彼は<u>独身</u>だが、結婚したいと言っていた。
かれ　どくしん　　　けっこん　　　　　い

名　single
　　độc thân

He is single, but he was saying that he wants to get
married.
Anh ấy độc thân nhưng nói muốn lấy vợ.

➕ 既婚 married / đã kết hôn
　　きこん

112

主婦
しゅふ

姉は<u>主婦</u>だが、仕事もしている。
あね　しゅふ　　　　しごと

名　housewife
　　nội trợ

My older sister is housewife, but she also has a job.
Chị tôi làm nội trợ nhưng cũng làm việc.

➕ 専業主婦 stay-at-home wife, full-time housewife / chuyên nội trợ
　　せんぎょうしゅふ

113

フリーター

弟は大学を卒業してからずっと<u>フリーター</u>だ。
おとうと　だいがく　そつぎょう

名　freeter, part-time
　　jobber
　　người làm thêm tự do

My younger brother has been a freeter ever since he
graduated from college.
Sau khi tốt nghiệp đại học, em trai tôi làm thêm tự do
suốt.

114

無職
むしょく

今は<u>無職</u>だが、来月から働く。
いま　むしょく　　　らいげつ　　はたら

名　unemployed
　　sự không có việc làm

I'm unemployed now, but I'll be working starting next
month.
Bây giờ thì không có việc làm nhưng từ tháng sau tôi sẽ
đi làm.

 **敬語表現** **Polite Expressions / Cách nói kính ngữ**
けいご ひょうげん

▶ **丁寧語** Polite Speech / Từ lịch sự
ていねいご

• **です→でございます　あります→ございます**

こちらが喫煙室でございます。
きつえんしつ

This is the smoking room. / Thưa anh, đây là phòng hút thuốc ạ.

このバッグには、黒と赤がございます。
くろ　あか

This bag comes in black and red. / Thưa chị, loại túi này có màu đen và màu đỏ ạ.

• **お (ご) ＋名**

お金　お酒　お茶　お給料 money, alcohol, tea, salary / tiền, rượu, trà, tiền lương
かね　さけ　ちゃ　きゅうりょう

お／ご plus a noun used for other people like お名前 or ご住所 are honorific language.
" お（ご）＋ 名 " liên quan đến người khác như " お名前 ", " ご住所 ", v.v. là cách
nói tôn trọng cung kính.

▶ **尊敬語** Honorific Speech / Tôn kính ngữ
そんけいご

• **お (ご) ～になる**

A 「田中部長は何時にお戻りになりますか。」
たなかぶちょう　なんじ　もど

B 「3時ごろの予定です。」
じ　よてい

A: When will Department Chief Mr. Tanaka return?/ Anh Tanaka trưởng phòng sẽ quay
lại lúc mấy giờ ạ?

B: He's supposed to return around 3:00. / Dự định lúc tầm 3 giờ ạ.

• **お (ご) ～ください**

こちらで少々お待ちください。
しょうしょう　ま

Please wait here for a moment. / Xin ông hãy đợi ở đây một chút ạ!

事務所でのタバコはご遠慮ください。
じむしょ　えんりょ

Please refrain from smoking in the office. / Xin quý vị hãy tránh hút thuốc ở trong văn phòng!

• **～ (ら) れる**

A 「田中部長は何時に戻られますか。」
たなかぶちょう　なんじ　もど

B 「3時ごろの予定です。」
じ　よてい

A: When will Department Chief Mr. Tanaka return? / Anh Tanaka trưởng phòng sẽ quay
lại lúc mấy giờ ạ?

B: He's supposed to return around 3:00. / Dự định lúc tầm 3 giờ ạ.

Same form as passive voice / Giống dạng bị động

▶ **謙譲語**（けんじょうご） Humble Speech / Từ khiêm nhường

• **お(ご)～する**

明日の２時にお待ちしています。
あす　じ　ま

I will be expecting you tomorrow at 2:00. / Xin đợi anh vào hai giờ ngày mai!

よかったら、東京をご案内します。
とうきょう　あんない

If you would like, I can show you around Tokyo.

Nếu được, tôi xin dẫn anh đi tham quan Tokyo.

👍 Only used for actions done for others / Chỉ đối với những việc làm cho người khác

• **～させていただく**

今日は早退させていただけませんか。
きょう　そうたい

May I leave early today? / Hôm nay tôi xin phép về sớm có được không?

▶ **特別な敬語**（とくべつ　けいご） Special Polite Expressions / Từ kính ngữ đặc biệt

	尊敬語（そんけいご）	謙譲語（けんじょうご）
言う（い）	おっしゃる	申す（もう）（申し上げる（もう・あ）＝特定の人に（とくてい・ひと））
する	なさる	いたす
いる	いらっしゃる・おいでになる	おる
行く（い）	いらっしゃる・おいでになる	うかがう・まいる
来る（く）	いらっしゃる・おいでになる	まいる
食べる（た）	召し上がる（め・あ）	いただく
見る（み）	ご覧になる（らん）	拝見する（はいけん）
見せる（み）		お目にかける（め）
会う（あ）		お目にかかる（め）
知っている（し）	ご存じだ（ぞん）（⇔ご存じじゃない（ぞん））	存じている（ぞん）（⇔存じない（ぞん））

▶ **「私」は「わたし」？「わたくし」？**

Is「私」read as「わたし」or「わたくし」? /「私」đọc là「わたし」hay「わたくし」?

👍 わたし is a little less formal than わたくし and can be used in writing and in formal
situations. /" わたし " là cách nói có độ thân mật hơn một chút so với " わたくし "
và cũng có thể sử dụng trong văn nói và cả ở những nơi trang trọng.

N3
Chapter
2

毎日の暮らし①
まいにち く

Daily Life ①
Cuộc sống hàng ngày ①

時の表現
とき　　ひょうげん

Time Expressions / Cách nói về thời gian

115
□

本日
ほんじつ

本日はお忙しいところ、ありがとうございます。
ほんじつ　　　　いそが

名　**today, this day**
hôm nay

Thank you for taking time out of your busy schedule today.
Tôi xin cám ơn ông ngày hôm nay, mặc dù rất bận rộn vẫn
dành thời gian cho tôi.

≡ 今日
きょう

116
□

明日
あ　す

明日の3時に、そちらにうかがいます。
あ　す　　　じ

名　**tomorrow**
ngày mai

I will visit you tomorrow at 3:00.
Tôi xin phép đến chỗ chị vào 3 giờ ngày mai.

117
□

前日
ぜんじつ

会議の前日に準備をする。
かい ぎ　　ぜんじつ　　じゅん び

名　**the day before, the**
previous day
ngày hôm trước

I will make preparations the day before the meeting.
Chuẩn bị vào ngày hôm trước khi hội nghị diễn ra.

118
□

翌日
よくじつ

誕生日の翌日に、韓国に出張した。
たんじょう び　　よくじつ　　かんこく　　しゅっちょう

名　**the next day, the**
following day
ngày hôm sau

The day after my birthday, I went on a business trip to
Korea.
Tôi đã đi công tác Hàn Quốc vào hôm sau ngày sinh nhật.

➕ 翌週 the next week, the following week / tuần sau đó・翌月 the next month, the
　よくしゅう　　　　　　　　　　　　　　　　　　　　　　　　　　　よくげつ
following month / tháng sau đó・翌年 the next year, the following year / năm sau đó
　　　　　　　　　　　　　　　よくとし/ねん

119
□

しあさって

私の誕生日は、しあさってだ。
わたし　たんじょう び

名　**three days' time (two**
days after tomorrow)
ngày kia

My birthday is in three days.
Sinh nhật tôi là ngày kia.

120
□

先おととい
さき

先おととい、高校のクラス会があった。
さき　　　　　こうこう　　　　　かい

名　**three days ago**
hôm kìa

We had a high school reunion three days ago.
Hôm kìa có buổi họp lớp cấp ba.

---

121 昨日
さくじつ
名 yesterday
hôm qua

昨日は、いろいろとお世話になりました。
さくじつ　　　　　　　　　　　せわ

Thank you for everything you did yesterday.
Tôi cám ơn anh ngày hôm qua đã giúp tôi rất nhiều!

➕ おととい／一昨日 the day before yesterday / hôm kia
いっさくじつ

122 昨年
さくねん
名 last year
năm ngoái

昨年の5月に日本にまいりました。
さくねん　　がつ　にほん

I came to Japan in May of last year.
Tôi đến Nhật Bản vào tháng 5 năm ngoái.

➕ おととし／一昨年 the year before last, two years ago / năm kia
いっさくねん

123 先日
せんじつ
名 yesterday, the other day
hôm nọ, hôm trước

A「先日は、どうもありがとうございました。」
　　せんじつ
B「こちらこそ、どうも。」

A: Thank you for the other day.
B: No, thank you.
A: Hôm nọ cám ơn chị nhé!
B: Tôi cũng vậy!

124 再来週
さらいしゅう
名 the week after next
tuần tới nữa

再来週は仕事が忙しくなりそうだ。
さらいしゅう　しごと　いそが

It looks like I'm going to get busy at work the week after next.
Có lẽ tuần tới nữa công việc sẽ bận.

➕ 再来月 the month after next / tháng tới nữa・再来年 the year after next / năm sau nữa
さらいげつ　　　　　　　　　　　　　　　　　さらいねん

125 先々週
せんせんしゅう
名 two weeks ago
tuần trước nữa

先々週の試験が、今日やっと返ってきた。
せんせんしゅう　しけん　きょう　　かえ

The test from two weeks ago was finally returned today.
Cuối cùng, ngày hôm nay cũng biết kết quả của kỳ thi tuần trước nữa.

➕ 先々月 two months ago / tháng trước nữa
せんせんげつ

126 上旬
じょうじゅん
名 the beginning of a month, the first 10 days of a month
thượng tuần, đầu tháng

来月の上旬、タイに旅行に行きます。
らいげつ　じょうじゅん　　　りょこう　い

I'm going to Thailand at the beginning of next month.
Tôi sẽ đi du lịch Thái Lan vào thượng tuần của tháng tới.

➕ 初旬 the beginning / thượng tuần, đầu tháng
しょじゅん

127

中旬
ちゅうじゅん

名 the middle of a month, the middle 10 days of a month
trung tuần, giữa tháng

今月の中旬までにレポートを出してください。
こんげつ　　ちゅうじゅん　　　　　　　　　　　だ

Please submit the report by the middle of this month.
Hãy nộp bài báo cáo vào trung tuần tháng này!

128

下旬
げじゅん

名 later part of the month, last 10 (or 11) days in a month
hạ tuần, cuối tháng

毎月下旬になると、給料が楽しみだ。
まいつきげじゅん　　　　　　きゅうりょう　たの

Toward the end of every month, I look forward to getting my salary.
Cứ đến cuối tháng tôi lại khấp khởi chờ lương.

129

深夜
しんや

名 late night
đêm khuya

深夜になると、大きな声が聞こえる。
しんや　　　　　　　おお　　こえ　き

When it gets late at night, I can hear a loud voice (coming from somewhere).
Cứ đến đêm khuya, tôi lại nghe thấy giọng nói to.

＝ 真夜中　＋ 深夜番組 late-night show / chương trình đêm khuya
まよなか　　しんやばんぐみ

130

未来
みらい

名 future
tương lai

子どもたちの明るい未来を考えよう。
こ　　　　　　あか　　みらい　かんが

Let's think of a bright future for the children.
Hãy nghĩ đến tương lai của bọn trẻ!

＋ 将来 future / tương lai
しょうらい

☞ 将来 is used for one's individual near-future events, while 未来 is used on a broader scale for things like world events.
Từ "将来" chỉ một việc trong thời gian gần tới, dùng để nói những việc mang tính cá nhân nhưng từ "未来" dùng với nghĩa rộng chẳng hạn như trái đất, thế giới, v.v..

131

数日
すうじつ

名 several days
một số ngày, vài ngày

土曜日から数日は、天気が悪いそうだ。
どようび　　すうじつ　　てんき　わる

Starting Saturday, the weather is going to be bad for a few days.
Nghe nói từ thứ bảy thời tiết sẽ xấu trong vài ngày.

＋ 数か月 several months / vài tháng・数年 several years / vài năm・
すう　げつ　　　　　　　　　　　　すうねん
数回 several times / vài lần
すうかい

☞ Used when specific numbers or amounts are unknown, or to express that there is a relatively little amount
Không biết hoặc không nói một con số rõ ràng và có nghĩa "một số không nhiều lắm"

132 以降
いこう

大地震以降、水を買っておくようになった。
おお じ しん い こう　みず　か

名 **hereafter, thereafter**
từ sau

Since the big earthquake, I make sure to buy water.
Kể từ sau trận động đất lớn xảy ra, tôi bắt đầu mua nước
dự trữ.

➕ 以後 after, since / từ sau ・ 以来 since, henceforth / từ đó đến nay ・
いご　　　　　　　　　　　　　　　　　　い らい
以前 before, prior / từ đó trở về trước
い ぜん

食生活
しょくせいかつ

Eating Habits / Đời sống ẩm thực

133
☐

朝食
ちょうしょく

名 **breakfast**
bữa sáng

忙しくても、朝食は食べたほうがいい。
いそが　　　ちょうしょく　た

Even if you're busy, you should eat breakfast.
Dù bận cũng nên ăn sáng.

■ 朝ごはん
あさ

134
☐

モーニング

名 **morning**
sáng, buổi sáng

あの店のモーニングセットは、安くておいしい。
みせ　　　　　　　　　　　やす

That restaurant's morning set meal is inexpensive and delicious.
Sét ăn sáng của cửa hàng đó vừa rẻ lại vừa ngon.

135
☐

昼食
ちゅうしょく

名 **lunch**
bữa trưa

忙しいので、昼食はいつもサンドイッチです。
いそが　　　　ちゅうしょく

I'm busy, so I always have a sandwich for lunch.
Vì bận nên bữa trưa bao giờ cũng là bánh sandwich.

■ ［お］昼ごはん
ひる

136
☐

ランチ

名 **lunch**
bữa trưa

ここのランチメニューは、おいしそうだ。

The lunch menu here looks delicious.
Thực đơn bữa trưa ở đây trông có vẻ ngon.

137
☐

夕食
ゆうしょく

名 **dinner, evening meal**
bữa tối

今日の夕食は、ちょっと遅くなりそうだ。
きょう　ゆうしょく　　　　　おそ

It seems that tonight's dinner is going to be a little late.
Bữa tối ngày hôm nay có vẻ sẽ muộn một chút.

■ 晩ごはん
ばん

138
☐

ディナー

名 **dinner**
bữa tối

昨日のディナーは高級レストランで食べた。
きのう　　　　　こうきゅう　　　　た

Yesterday, I ate dinner at a high-class restaurant.
Bữa tối hôm qua tôi ăn ở nhà hàng cao cấp.

☞ ディナー connotes a fancy or high-class meal.
　 Khi dùng từ " ディナー " sẽ mang lại ấn tượng về một bữa ăn cao cấp.

139 □ デザート

名 dessert
món tráng miệng

おなかがいっぱいだが、デザートは食べられる。

I'm full, but I can eat dessert.
No rồi nhưng vẫn có thể ăn được món tráng miệng.

140 □ おやつ

名 snack
bữa ăn xế, bữa ăn phụ

もうすぐ3時、おやつの時間ですよ。

It's almost 3:00, tea time.
Sắp sửa 3 giờ rồi, đến giờ ăn bữa phụ rồi đấy!

141 □ おかず

名 side dish
thức ăn

毎日のおかずを考えるのは大変だ。

It's hard work to think of side dishes everyday.
Ngày nào cũng nghĩ ăn cái gì thật là mệt.

142 □ ［お］弁当
べんとう

名 bento, boxed lunch
cơm hộp

毎日、会社に弁当を持って行く。

I take a boxed lunch to work every day.
Hàng ngày, tôi mang cơm hộp đến công ty.

143 □ 自炊〈する〉
じすい

名 doing one's own cooking,
cooking for oneself
việc tự nấu

日本に来てから、自炊を始めた。

After coming to Japan, I started cooking for myself.
Từ khi đến Nhật, tôi bắt đầu tự nấu ăn.

144 □ 外食〈する〉
がいしょく

名 eating out
việc ăn ngoài

週末は外食することがある。

I sometimes eat out on the weekends.
Cuối tuần tôi thường đi ăn ngoài.

145 □ グルメ

名 foodie, food epicure
sành ăn, người sành ăn

彼はグルメで、いろいろな店を知っている。

He's a foodie, so he knows many restaurants.
Anh ấy là người sành ăn, biết nhiều cửa hàng.

146 □ おごる

動 to treat (someone to a
meal)
đãi, chiêu đãi

ボーナスをもらったので、妹にディナーを
おごった。

I got my bonus, so I treated my younger sister to dinner.
Vì mới có thưởng nên tôi đã đãi em gái đi ăn tối.

≡ ごちそうする ＋ おごり treating to a meal / (sự) đãi, chiêu đãi

147	食欲 しょくよく	最近、あまり食欲がない。 さいきん　　　　しょくよく
名	**appetite** (sự) thèm ăn, hứng ăn	I haven't had much of an appetite lately. Gần đây, tôi không có hứng ăn lắm.

148	注文〈する〉 ちゅうもん	先に飲み物を注文しましょう。 さき　の　もの　ちゅうもん
名	**order** sự đặt hàng, gọi món	Let's order drinks first. Chúng mình gọi đồ uống trước đi nào!

149	乾杯〈する〉 かんぱい	ワインで乾杯しましょう。 かんぱい
名	**toast, cheers** sự cạn chén, nâng cốc, cụng ly	Let's toast with wine. Chúng ta hãy nâng cốc uống rượu vang nào!

150	かむ	食事のときは、よくかみましょう。 しょくじ
動	**to bite, to chew** nhai	Be sure to chew your food well when eating. Khi ăn, chúng ta hãy nhai thật kỹ!

151	味わう あじ	おいしい料理は、よく味わって食べよう。 りょうり　　　　あじ　　た
動	**to taste** thưởng thức, thử	Let's fully enjoy the flavor when we eat delicious food. Nào hãy thưởng thức các món ăn ngon!

152	お代わり〈する〉 か	みそ汁がおいしくて、お代わりした。 しる
名	**refill** sự ăn thêm, uống thêm	The miso soup was so good, I got a refill. Canh tương miso ngon nên tôi đã dùng thêm bát nữa.

153	残す のこ	ごはんが多すぎて、少し残した。 おお　　　　すこ　のこ
動	**to leave (behind, over)** để thừa, để lại	There was too much rice, so I left some on the plate. Cơm quá nhiều khiến tôi để thừa một ít.

154	残り物 のこ　もの	今日の残り物は、明日食べよう。 きょう　のこ　もの　　あした　た
名	**leftovers, remains** đồ (ăn) thừa	Let's eat today's leftovers tomorrow. Đồ ăn thừa hôm nay, ngày mai ăn nào!

155	もったいない	食べ物を残すなんて、もったいない。 た　もの　のこ
イ形	**waste** lãng phí	Leaving food on your plate is such a waste. Để thừa đồ ăn thật là lãng phí.

156 済ませる
す

動 to finish, to get through
dùng… cho đơn giản,
… là xong

今日の昼ごはんはコンビニ弁当で済ませた。
きょう ひる べんとう す

For lunch, I made do with a boxed lunch from a
convenience store.
Bữa trưa hôm nay tôi đã dùng cơm hộp cửa hàng tiện lợi
cho đơn giản.

＝ 済ます
す

157 済む
す

動 to finish, to be brought
to an end
xong, xong xuôi

①もう晩ごはんの準備は済んだ。
ばん じゅんび す
②弁当を作れば、安く済む。
べんとう つく やす す

① I've already finished preparing dinner.
② It would be cheaper to make your own boxed lunch.
① Việc chuẩn bị bữa tối đã xong.
② Nếu làm cơm hộp thì sẽ (giải quyết xong với giá) rẻ.

👉 ① to end ② to be sufficient, to make do / ① kết thúc ② đủ, kịp thời, giới hạn trong

158 量
りょう

名 amount, portion
lượng, số lượng

この店のスパゲッティは、量が少ない。
みせ りょう すく

The portions of spaghetti at this restaurant are small.
Mì spagtetti của cửa hàng này lượng ít.

159 バランス

名 balance
cân bằng

食事は、肉と野菜のバランスが大切だ。
しょくじ にく やさい たいせつ

It's important to have a good balance of meat and
vegetables in your meals.
Sự cân bằng giữa thịt và rau trong bữa ăn quan trọng.

料理の道具と材料
りょうり　　どうぐ　　ざいりょう

Cooking Utensils and Ingredients / Dụng cụ và nguyên liệu nấu ăn

---

160 ☐
なべ

名 **pot**
nồi

スーパーで、大きななべを買った。
おお　　　　　　　　か

I bought a large pot at the supermarket.
Tôi đã mua cái nồi lớn ở siêu thị.

---

161 ☐
フライパン

名 **frying pan**
chảo

フライパンで、オムレツを作った。
つく

I made an omelet with a frying pan.
Tôi làm món trứng rán bằng chảo.

---

162 ☐
包丁
ほうちょう

名 **kitchen knife**
dao

私の家には包丁が1本しかない。
わたし　いえ　　　ほうちょう　いっぽん

At my house, I only have one kitchen knife.
Nhà tôi chỉ có mỗi một con dao.

---

163 ☐
まな板
いた

名 **cutting board**
thớt

うちのまな板は、木でできている。
いた　　　き

My cutting board is made of wood.
Thớt nhà tôi làm bằng gỗ.

---

164 ☐
おたま

名 **ladle**
muôi, vá

おたまでカレーを、よく混ぜてください。
ま

Thoroughly stir the curry with a ladle.
Hãy dùng muôi trộn cà ri thật kỹ!

---

165 ☐
しゃもじ

名 **rice scoop, wooden spoon**
thìa xới cơm

このしゃもじは、ごはんがつきにくい。

Rice doesn't stick much to this rice scoop.
Cái thìa xới cơm này khó bị dính cơm.

---

166 ☐
大さじ
おお

名 **tablespoon**
thìa to, muỗng to

まず、砂糖を大さじ2杯入れてください。
さとう　　おお　　　はい い

First, add two tablespoons of sugar.
Trước tiên, hãy cho vào 2 thìa đường to!

➕ 小さじ teaspoon / thìa nhỏ, muỗng nhỏ・カップ measuring cup, cup / cốc
こ

167

炊飯器
すいはんき

名 rice cooker
nồi cơm điện

炊飯器で、ごはんを炊く。
すいはんき　　　　　　　た

Cook rice with a rice cooker.
Nấu cơm bằng nồi cơm điện.

➕ 炊く to cook rice / nấu (cơm, thức ăn)
　 た

168

流し台
なが　だい

名 sink
bồn rửa

この流し台は石でできている。
　　なが　だい　いし

This sink is made of stone.
Cái bồn rửa này làm bằng đá.

169

電子レンジ
でんし

名 microwave
lò vi sóng

電子レンジの「チン」という音が聞こえた。
でんし　　　　　　　　　　　おと　き

I heard the microwave ding.
Tôi đã nghe thấy tiếng "Ring!" báo hiệu của lò vi sóng.

170

ガスレンジ

名 gas stove, gas cooker
lò ga

ガスレンジから変な臭いがする。
　　　　　へん　にお

There is a strange smell coming from the gas stove.
Có mùi lạ phát ra từ lò ga.

171

調味料
ちょうみりょう

名 seasoning
gia vị, bột ngọt

台所に調味料が、たくさんある。
だいどころ　ちょうみりょう

There are a lot of seasonings in the kitchen.
Trong bếp có rất nhiều gia vị.

➕ こしょう pepper / tiêu・酢 vinegar / dấm
　　　　　　　　　　　　　　　す

172

サラダ油
あぶら

名 salad oil
dầu ăn

サラダ油を買って来るのを忘れた。
　　　あぶら　か　く　　　　わす

I forgot to go and buy salad oil.
Tôi đã quên mua dầu ăn đến.

🟰 サラダオイル

173

食品
しょくひん

名 food, food products
thực phẩm, đồ ăn

食品は近所のスーパーで買う。
しょくひん　きんじょ　　　　　　か

I buy my food at the local supermarket.
Tôi mua thực phẩm ở siêu thị gần nhà.

🟰 食料品　➕ インスタント食品 instant food / đồ ăn nhanh・レトルト食品
　 しょくりょうひん　　　　　　　しょくひん　　　　　　　　　　　　　　　　　　　しょくひん
retort pouch, food packed in sealed plastic pouch / đồ hộp, thực
phẩm đóng gói

174 切らす
き

動 **to run out of, to use up**
dùng hết

しょうゆを切らしたので、コンビニに買いに行った。
き　　　　　　　　　　　　　　か

I ran out of soy sauce, so I went to buy some at the convenience store.
Vì đã dùng hết xì dầu nên tôi đi ra cửa hàng tiện lợi để mua.

➕ （〜が）切れる to be out of, to be used up / hết
き

175 くさる

動 **to spoil, to go bad**
hỏng, thiu

冷蔵庫の牛乳が、くさっていた。
れいぞうこ　ぎゅうにゅう

The milk in the fridge went bad.
Sữa bò để trong tủ lạnh đã bị hỏng.

176 アルミホイル

名 **aluminum foil**
giấy bạc

アルミホイルで包んで、魚を焼く。
つつ　　　さかな　や

Wrap the fish in aluminum foil and bake it.
Tôi bọc cá bằng giấy bạc để nướng.

177 ラップ 〈する〉

名 **plastic wrap**
màng bọc thực phẩm, giấy bóng

残ったものはラップして、冷蔵庫に入れておく。
のこ　　　　　　　　　　れいぞうこ　い

Wrap the leftovers and put them in the refrigerator.
Tôi gói đồ ăn thừa bằng giấy bóng và cất vào tủ lạnh.

178 おしぼり

名 **hot towel, moistened hand towel**
khăn ướt

かにを食べるときは、おしぼりが必要だ。
た　　　　　　　　　　　ひつよう

When eating crab, you need a wet towel.
Khi ăn cua cần đến khăn ướt.

179 食器
しょっき

名 **tableware, dinnerware**
bát đĩa

クリスマスの料理に合う食器を選ぶ。
りょうり　あ　しょっき　えら

I'm going to pick out some tableware that goes with Christmas food.
Chọn bát đĩa hợp với các món ăn lễ Nô-en.

180 茶わん
ちゃ

名 **bowl, rice bowl, teacup**
bát, chén

一人暮らしのために、新しい茶わんを買った。
ひとりぐ　　　　　　あたら　　ちゃ　　か

I bought a new rice bowl since I'm going to live on my own now.
Tôi đã mua bát mới cho cuộc sống một mình.

➕ 湯のみ teacup / cốc
ゆ

☞ 湯のみ is used when drinking tea. 茶わん is a utensil that is used for rice, tea and various other things.
"湯のみ" dùng khi uống trà. "茶わん" có nghĩa là đồ đựng nhiều thứ như cơm, trà, v.v..

181

☐

グラス

ビールを飲むグラスは、どれがいいですか。
の

名

glass
ly, tách

Which glass is good for drinking beer?
Ly uống bia, cái nào thì tốt hơn nhỉ?

料理の作り方
りょうり　　つく　かた

How to Make Recipes / Cách làm món ăn

182
□
刻む
きざ

[動] **to finely cut**
khắc, chạm trổ, cắt tỉa

野菜を細かく刻みます。
やさい　こま　　きざ

Finely cut the vegetables.
Cắt tỉa rau củ tỉ mỉ.

183
□
（卵を）割る
たまご　　わ

[動] **to break, to crack (an egg)**
đập (trứng), làm bể

卵を3つ、割ってください。
たまご　みっ　　わ

Please crack three eggs.
Hãy đập 3 quả trứng.

184
□
むく

[動] **to peel**
bóc, gọt

じゃがいもの皮をむいたら、小さく切ります。
かわ　　　　　　　ちい　　き

After you peel the potato, cut it into small pieces.
Gọt xong vỏ khoai tây thì thái nhỏ.

185
□
加える
くわ

[動] **to add**
thêm

なべに水を200ミリリットル加えます。
みず　にひゃく　　　　　　くわ

Add 200 milliliters of water to the pot.
Cho thêm 200ml nước vào nồi.

186
□
少々
しょうしょう

[副] **a little**
một chút, một ít

塩とこしょうを少々入れます。
しお　　　　　　しょうしょう　い

Add a little salt and pepper.
Cho vào một ít muối và tiêu.

187
□
揚げる
あ

[動] **to fry**
rán, chiên

180度の油で、しっかり揚げます。
ひゃくはちじゅう　ど　あぶら　　　　　　　あ

Fry it thoroughly in oil at 180 degrees.
Rán kỹ bằng dầu nóng 180 độ.

188
□
煮る
に

[動] **to cook, to stew**
nấu, ninh

なべにふたをして、30分煮てください。
さんじゅっぷん　に

Put a lid on the pot and cook it for 30 minutes.
Hãy đậy nắp nồi và ninh 30 phút.

189
□
ゆでる

[動] **to boil**
luộc

お湯に塩を入れて、ゆでます。
ゆ　しお　い

Add salt to the hot water and boil it.
Cho muối vào nước sôi và luộc.

---

190 蒸す
む

電子レンジで、野菜を蒸します。
てん し　　　や さい　　む

動　to steam
はp

Boil the vegetables in the microwave.
Hấp rau bằng lò vi sóng.

191 くるむ

さくらの葉で、材料をくるみます。
は　　ざいりょう

動　to wrap
quấn, cuộn

Wrap the ingredients with cherry blossom leaves.
Quấn nguyên liệu bằng lá cây hoa anh đào.

➕ 包む to wrap / bọc
つつ

192 にぎる

ごはんに梅干しを入れて、にぎります。
うめ ぼ　　い

動　to squeeze with one's hands, to grasp
nắm

Put an umeboshi in the rice and shape it with your hands.
Cho mơ muối vào cơm rồi nắm.

➕ おにぎり rice ball / cơm nắm Onigiri・おむすび rice ball / cơm nắm Musubi

193 熱する
ねっ

フライパンで、5分くらい熱してください。
ふん　　ねっ

動　to heat
làm nóng, đun nóng

Heat it in a frying pan for about five minutes.
Hãy làm nóng chảo khoảng 5 phút.

＝ 加熱する
か ねつ

194 こげる

焼きすぎて、魚がこげてしまいました。
や　　　さかな

動　to burn
cháy

I overcooked the fish and burned it.
Nướng kỹ quá, cá bị cháy mất rồi.

195 取り出す
と　だ

電子レンジから、温めた野菜を取り出します。
てん し　　　あたた　や さい　と　だ

動　to take out
lấy ra

Take the heated vegetables out of the microwave.
Lấy rau đã hâm nóng từ lò vi sóng ra.

196 塗る
ぬ

パンにバターを塗ります。
ぬ

動　to spread
phết, bôi

Spread butter on the bread.
Phết bơ lên bánh mì.

197 温める
あたた

これは、このままでも温めても、おいしいです。
あたた

動　to warm, to heat (up)
làm nóng, hâm nóng

This is delicious as it is, or heated up.
Cái này để nguyên thế này hoặc hâm nóng lên đều ngon.

198 冷やす
ひ

動　to chill, to cool
để lạnh, để nguội

この料理は冷やしても、おいしいです。
りょうり　　ひ

This dish is delicious also when it's chilled.
Món ăn này để nguội cũng ngon.

---

199 ぬるい

イ形　tepid, lukewarm
ấm, âm ấm

ぬるいコーヒーは、おいしくないです。

Tepid coffee doesn't taste good.
Cà phê âm ấm thì không ngon.

---

200 水分
すいぶん

名　moisture, fluid
thành phần nước, nước

この野菜は水分が多いですね。
やさい　すいぶん　おお

These vegetables have a high water content.
Rau này chứa nhiều nước.

---

201 沸かす
わ

動　to boil (water)
đun sôi

そこのやかんで、お湯を沸かしてください。
ゆ　　　わ

Please boil water in the kettle over there.
Hãy đun sôi nước bằng cái ấm ở đó.

➕ (〜が) 沸く to be boiled / sôi
わ

---

202 注ぐ
そそ

動　to pour
rót

お湯をカップに注ぎ、3分待ちます。
ゆ　　　　そそ　　ぶんま

Pour the hot water into the cup and wait three minutes.
Rót nước sôi vào cốc, đợi 3 phút.

---

203 味見 〈する〉
あじみ

名　to taste, to check by tasting (when cooking)
sự nếm thử

途中でちょっと味見をしてみましょう。
とちゅう　　　あじみ

Be sure to taste the food while cooking.
Giữa chừng hãy nếm thử một chút!

---

204 手間
てま

名　hassle
thời gian, công sức

この料理は手間がかかりません。
りょうり　てま

This dish doesn't have too many steps.
Món ăn này không tốn thời gian.

---

205 手軽な
てがる

ナ形　easy, convenient
dễ dàng

家でも手軽にレストランの料理が作れます。
いえ　てがる　　　　　　りょうり　つく

You can cook restaurant dishes easily even at home.
Ở nhà cũng có thể dễ dàng nấu được món ăn của nhà hàng.

206 ☐	で**き上**がり あ	これで、料理の<u>でき上がり</u>です。 りょうり　　　　　　あ
名	completion xong, nấu xong	And with this, this dish is complete. Thế là món ăn đã được nấu xong.

➕ で**き上**がる to be completed / xong, nấu xong
　　あ

207 ☐	**分**ける わ	この料理は、二人で<u>分けて</u>食べましょう。 りょうり　　ふたり　　わ　　た
動	to split, to divide, to share chia	Let's share this dish between the two of us. Món này hãy chia cho cho hai người cùng ăn!

208 ☐	つまむ	それは、はしで<u>つまんで</u>食べてください。 た
動	to pick up gắp	Please pick up that with your chopsticks and eat it. Cái món đấy thì hãy dùng đũa gắp ăn!

209 ☐	**塩辛**い しおから	これは、ちょっと<u>塩辛い</u>ですね。 しおから
イ形	salty mặn	This is a little salty. Cái món này hơi mặn nhi!

🟰 しょっぱい

210 ☐	すっぱい	私は、<u>すっぱい</u>りんごが好きです。 わたし　　　　　　　　　　す
イ形	sour chua	I like sour apples. Tôi thích táo chua.

211 ☐	**冷凍**〈する〉 れいとう	料理が残ったら、<u>冷凍して</u>おきましょう。 りょうり　のこ　　　　れいとう
名	freezing sự đông lạnh	If there's any leftover food, let's put it in the freezer. Khi món ăn bị thừa, chúng ta hãy để vào tủ đông!

➕ **冷凍食品** frozen food / đồ đông lạnh, thực phẩm đông lạnh
　　れいとうしょくひん

家事
かじ

House Chores / Việc nhà

---

212 □

ちらかる

動 | to be scattered
bừa bộn, bày bừa, bày lung tung

弟 の部屋に、おもちゃがちらかっている。
おとうと　へや

Toys are scattered throughout my little brother's room.
Căn phòng của em trai đồ chơi bày lung tung.

➕ （〜を）ちらかす to scatter / bày bừa, bày lung tung

---

213 □

片づける
かた

動 | to clean up
dọn, dọn dẹp

母親　「今すぐ部屋を片づけなさい。」
ははおや　　いま　　へや　かた
子ども　「ゲームが終わったら、やるよ。」
こ　　　　　　　　　　お

Mother: Clean up your room right now.
Child: I'll do it when the video game is done.
Mẹ: Hãy dọn phòng ngay!
Con: Trò game hết xong, con sẽ dọn!

➕ （〜が）片づく to be cleaned up / được dọn dẹp, gọn gàng・
かた
片づけ clean up / (sự) dọn dẹp
かた

---

214 □

清潔な
せいけつ

ナ形 | clean
sạch sẽ

家の中は、いつも清潔にしておきたい。
いえ　なか　　　　　　せいけつ

I want to always keep my house clean.
Tôi muốn trong nhà lúc nào cũng phải sạch sẽ.

↔ 不潔な
ふけつ

---

215 □

掃く
は

動 | to sweep
quét, quét dọn

毎日、家の前を掃いている。
まいにち　いえ　まえ　は

I sweep in front of my house every day.
Hàng ngày tôi quét trước cửa nhà.

---

216 □

ほうき

名 | broom
chổi

ほうきで玄関を掃く。
げんかん　は

I sweep the entrance way with a broom.
Tôi quét chỗ cửa vào nhà bằng chổi.

217

ちりとり

名 dustpan
cái hốt rác

掃いたごみを、ちりとりに集める。

Gather the dirt you swept up in the dustpan.
Thu rác đã quét vào cái hốt rác.

218

掃除機
そうじき

名 vacuum cleaner
máy hút bụi

うちの掃除機は、音がとても静かだ。

Our vacuum cleaner is very quiet.
Máy hút bụi nhà tôi tiếng rất êm.

219

ふく

動 to wipe
lau

食事前に、テーブルをきれいにふく。

Before each meal, I neatly wipe the table.
Lau bàn trước khi ăn.

220

ぞうきん

名 rag, dustcloth
giẻ lau

古いタオルでぞうきんを作った。

I made some dustcloths from an old towel.
Tôi làm giẻ lau bằng khăn mặt cũ.

221

バケツ

名 bucket
xô

もう少し大きなバケツは、ありませんか。

Do you have a slightly bigger bucket?
Có cái xô nào lớn hơn một chút không?

222

しぼる

動 to wring
vắt

ぞうきんを、よくしぼってください。

Please wring the dustcloth out thoroughly.
Hãy vắt kỹ giẻ lau!

223

こぼす

動 to spill
làm đổ

バケツの水をこぼしてしまった。

I spilled the water in the bucket.
Tôi làm đổ mất nước trong xô.

➕ (〜が) こぼれる to be spilled / bị đổ

224

洗剤
せんざい

名 detergent
bột giặt, nước rửa

お風呂の掃除には、どんな洗剤がいいですか。

What detergent do you use for cleaning the bathroom?
Để rửa bồn tắm thì nước rửa nào tốt?

225
☐

かび

名 **mold**
mốc

お風呂の<u>かび</u>を取る。
ふろ　　　　　　と

I remove the mold in the bathroom.
Tẩy mốc bồn tắm.

226
☐

ほこり

名 **dust**
bụi

窓を開けると、部屋に<u>ほこり</u>が入る。
まど　あ　　　　　　へや　　　　　　　はい

If you open the window, dirt will fly into the room.
Hễ mở cửa sổ là bụi vào trong phòng.

227
☐

みがく

動 **to polish, to shine**
cọ, đánh cọ

かがみを、きれいに<u>みがく</u>。

I neatly polish the mirror.
Đánh cọ sạch gương.

228
☐

ブラシ

名 **brush**
bàn chải

<u>ブラシ</u>で、お風呂を洗う。
ふろ　あら

I wash the bathtub with a brush.
Rửa bồn tắm bằng bàn chải.

229
☐

あわ

名 **bubble**
bọt

この石けんは、<u>あわ</u>がよく出る。
せっ　　　　　　　　　　て

This soap produces a lot of bubbles.
Xà phòng này ra nhiều bọt.

230
☐

臭う
にお

動 **to smell, to give off an odor**
bị mùi, ám mùi, bốc mùi

バケツの中の生ごみが<u>臭う</u>。
なか　なま　　　　にお

The raw garbage in the bucket gives off an odor.
Rác hữu cơ trong thùng bốc mùi.

➕ 臭い smell, stench / (sự) ám mùi, bốc mùi・匂い fragrance / thơm・匂う to be fragrant /
にお　　　　　　　　　　　　　　　　　にお　　　　　　　　　　　　　　にお
mùi thơm

☞ 臭う is generally used with a negative connotation, and 匂う is used with positive
nuances. / " 臭う " thông thường dùng cho mùi khó chịu, còn " 匂う " dùng cho mùi
không khó chịu.

231
☐

洗濯物
せんたくもの

名 **laundry**
đồ giặt

毎日、<u>洗濯物</u>が多い。
まいにち　せんたくもの　おお

I have a lot of laundry every day.
Hàng ngày, đồ giặt nhiều.

232 汚れ
よご

名 dirt, grime
bẩn, vết bẩn

この洗剤は、汚れがよく落ちる。
せんざい　よご　　　　お

This detergent removes dirt well.
Bột giặt làm sạch vết bẩn rất tốt.

➕ 汚れる to get dirty / bị bẩn
よご

233 干す
ほ

動 to hang
phơi, hong

天気がいいので、洗濯物を外に干そう。
てんき　　　　　　せんたくもの　そと　ほ

The weather is nice, so let's hang our laundry up outside.
Trời nắng nên tôi định phơi đồ giặt bên ngoài.

234 乾燥〈する〉
かんそう

名 drying
sự sấy khô

厚いバスタオルは、乾燥機で乾燥させる。
あつ　　　　　　　　　かんそうき　かんそう

I dry thick towels in my dryer.
Sấy khô khăn tắm dày bằng máy sấy.

➕ 乾燥機 dryer / máy sấy
かんそうき

235 たたむ

動 to fold
gấp

息子は自分で洗濯物をたたむ。
むすこ　じぶん　せんたくもの

My son folds his own laundry.
Con trai tôi tự mình gấp đồ giặt.

236 アイロン

名 iron
bàn là, bàn ủi

娘はアイロンをかけるのが上手だ。
むすめ　　　　　　　　　　じょうず

My daughter is good at ironing.
Con gái tôi là quần áo giỏi.

237 敷く
し

動 to spread, to lay out
trải

たたみの部屋に、ふとんを敷いて寝ている。
へや　　　　　　　し　　ね

I sleep on a futon spread on a tatami-matted room.
Tôi trải đệm ra phòng chiếu để ngủ.

238 育児
いくじ

名 childcare, upbringing,
raising a child
nuôi con

働きながら育児をするのは大変だ。
はたら　　　　いくじ　　　　　たいへん

It's hard to raise a child while working.
Vừa làm việc vừa nuôi con thì vất vả.

🟰 子育て
こそだ

239
☐

（人を）起こす
ひと　　　お

動　**to wake (someone) up**
đánh thức

毎朝６時に、子どもを起こす。
まいあさ　じ　　こ　　　　　　お

I wake my child up every day at 6:00.
Hàng sáng tôi đánh thức con dậy lúc 6 giờ.

240
☐

糸
いと

名　**string, thread**
sợi chỉ

黒い糸でボタンをつけた。
くろ　いと

I attached the button with black thread.
Tôi đơm cúc bằng chỉ đen.

241
☐

針
はり

名　**needle**
kim

針に糸を通すのは、とても難しい。
はり　いと　とお　　　　　　　　　　むずか

It's very difficult to thread a needle.
Xâu chỉ vào kim rất khó.

242
☐

生ごみ
なま

名　**raw garbage**
rác hữu cơ

夏は、生ごみがすぐに臭う。
なつ　　　なま　　　　　　　　におう

In the summer, raw garbage starts to smell right away.
Mùa hè, rác hữu cơ chóng bốc mùi.

➕ 燃えるごみ combustible garbage, burnable rubbish / rác cháy ・
も

　　燃えないごみ non-combustible garbage, non-burnable rubbish / rác không cháy
　　も

243
☐

空き缶
あ　かん

名　**empty can**
vỏ lon

水曜日は、空き缶を捨てる日だ。
すいようび　　あ　かん　す　　ひ

Wednesday is the day of empty can trash collection.
Thứ tư là ngày vứt vỏ lon.

➕ 空きびん empty bottle / vỏ chai
あ

244
☐

（ごみを）出す
だ

動　**to take out (the trash)**
vứt (rác)

決められた日に、ごみを出す。
き　　　　　ひ　　　　　　だ

I take the trash out on the designated days.
Vứt rác vào ngày quy định.

コミュニケーションに 使える ことば ❷

あいさつ

▶ **会社で仕事中に同僚と**　With Coworkers at Work /
Với đồng nghiệp trong lúc làm việc tại công ty

A 「お疲れさまです。」
B 「お疲れさまです。」

A: Hey! (Greetings used between co-workers during work hours) / Anh vất vả nhỉ!

B: Hey! / Anh (cũng) vất vả nhỉ!

▶ **仕事が終わって帰るとき**　Going Home After Work / Khi xong việc đi về

A 「お疲れさまでした。」
B 「お先に失礼します。」

A: See you tomorrow. / Anh đã vất vả rồi nhỉ!

B: I'm going home now. / Tôi xin phép về trước!

▶ **目下や外部の人へのひとこと**

Speaking to One's Juniors or People Outside of One's Company /
Đôi câu với người dưới hoặc người bên ngoài

A 「宅配便です。」
B 「ご苦労さまです。」

A: I've got a delivery. / Tôi mang đồ chuyển phát đến ạ!

B: Thank you. / Cám ơn anh!

👉 ご苦労さま（です）cannot be used for one's superiors.
" ご苦労さま（です）" không sử dụng cho người trên.

▶ **長い間会わなかった人に**　For People One Hasn't Met in a While /
Nói với người không gặp trong một thời gian dài

A 「ご無沙汰しています。」
B 「本当にお久しぶりですね。」

A: It's been quite a while. / Lâu lắm rồi mới gặp chị!

B: It truly has been. / Quả là lâu lắm rồi nhỉ!

▶ **知り合いの家に招待されて** When Being Invited to an Aquaintence's House /
Được người quen mời đến nhà chơi

A 「コーヒーと紅茶、どちらがいいですか。」

B 「おかまいなく。」

> A: Which would you prefer, coffee or tea? / Chị uống cà phê hay hồng trà (trà đen) ?
>
> B: Please don't bother. / Chị không phải bận tâm đâu!

A 「遠慮なさらないでください。」

B 「じゃ、遠慮なく。コーヒーをお願いします。」

> A: Please don't hesistate. / Ấy, chị đừng khách sáo!
>
> B: Well, then, coffee please. / Thế thì tôi xin không làm khách nữa vậy. Cho tôi cà phê!

▶ **年末** End of the Year / Cuối năm

A 「今年もお世話になりました。よいお年を。」

B 「こちらこそお世話になりました。A さんもよいお年を。」

> A: Thank you for all of your help this year. Happy New Year! / Cám ơn anh cả một năm vừa rồi! Chúc anh năm mới tốt lành nhé!
>
> B: No, thank you. Happy New Year to you, too, A-san. / Tôi cũng cám ơn chị! Chị A cũng một năm mới tốt đẹp nhé!

▶ **年始** Beginning of the Year / Đầu năm

A 「明けましておめでとうございます。今年もよろしくお願いします。」

B 「明けましておめでとうございます。こちらこそ、よろしくお願いします。」

> A: Happy New Year. I look forward to working with you in the new year. / Chúc mừng năm mới! Năm nay lại mong anh giúp đỡ nữa ạ!
>
> B: Happy New Year. I look forward to working with you in the new year, too. / Chúc mừng năm mới! Tôi cũng xin được chị giúp đỡ.

毎日の暮らし②
まいにち く

Daily Life ②
Cuộc sống hàng ngày ②

家
いえ

Home / Nhà

245

住まい
す

名 residence
chỗ ở

インターネットで、住まいを探す。
す　　　　　　　　　　さが

I'm going to look for a new residence on the Internet.
Tìm chỗ ở qua internet.

246

リビング

名 (Western style) living room
phòng khách

リビングが広いので、この部屋に決めた。
　　　　ひろ　　　　　　　へ や　き

I chose this apartment because the living room is so spacious.
Phòng khách rộng rãi nên tôi quyết định lấy căn này.

247

居間
い ま

名 living room
phòng khách

家族みんなで、居間でテレビを見る。
か ぞく　　　　　い ま　　　　　　み

My whole family watches TV in the living room.
Mọi người trong gia đình xem tivi ở phòng khách.

248

家電
か でん

名 house appliance
đồ điện gia đình

引っ越したとき、新しい家電を買った。
ひ こ　　　　　　あたら　　か でん　か

I bought new appliances when I moved.
Khi chuyển nhà tôi đã mua đồ điện gia đình mới.

249

エアコン

名 air conditioner
máy điều hòa

このエアコンは電気代が安い。
　　　　　　でん き だい　やす

This air conditioner doesn't use a lot of electricity, so it's inexpensive.
Máy điều hòa này tiền điện rẻ.

➕ 暖房 heater / hệ thống sưởi, sự sưởi nóng・ヒーター heater / máy sưởi
だんぼう

250

クーラー

名 air conditioner, cooler
máy lạnh

私の国は暑いので、クーラーしかない。
わたし　くに　あつ

My home country is hot, so all we have are coolers.
Nước tôi nóng nên chỉ có máy lạnh.

➕ 冷房 air conditioner / phòng lạnh, sự làm lạnh
れいぼう

👉 エアコン includes both a cooler and a heater function, while クーラー only have cooling functions. / "エアコン" bao gồm cả điều hòa nóng và điều hòa lạnh, còn "クーラー" chỉ có điều hòa lạnh.

251 暖める
あたた

動 to warm
làm ấm, sưởi ấm

寒いので、ヒーターで暖めた。
さむ　　　　　　　　　　　あたた

It's cold, so I warmed up by the heater.
Trời lạnh nên tôi đã sưởi ấm bằng máy sưởi.

252 天井
てんじょう

名 ceiling
trần nhà

このマンションは、天井が高い。
てんじょう　たか

This condominium has high ceilings.
Chung cư này trần nhà cao.

253 床
ゆか

名 floor
sàn nhà

リビングの床には、何も敷いていない。
ゆか　　　なに　し

There is nothing placed on the living room floor.
Sàn nhà phòng khách chẳng trải gì cả.

254 カーペット

名 carpet
thảm

たたみの上に、カーペットを敷いている。
うえ　　　　　　　　　　し

There is a carpet spread over the tatami mats.
Trải thảm lên trên chiếu tatami.

＝ じゅうたん

255 ざぶとん

名 zabuton, floor cushion
for sitting
đệm ngồi

お客さんのためのざぶとんを買いに行く。
きゃく　　　　　　　　　　　か　　い

I'm going to go buy some zabuton for guests.
Tôi đi mua đệm ngồi dành cho khách.

256 ソファー

名 sofa
ghế sofa

テレビを見るときは、ソファーに座る。
み　　　　　　　　　　　　　すわ

I sit on the sofa when I watch TV.
Tôi ngồi ghế sofa khi xem tivi.

257 クッション

名 cushion
gối tựa lưng

ソファーに合うクッションを買った。
あ　　　　　　　　か

I bought some cushion to match the sofa.
Tôi mua gối tựa lưng hợp với chiếc ghế sofa.

258 どかす

動 to move (out of the way)
xê, xê dịch, chuyển ra
chỗ khác

その車をどかしてください。
くるま

Please move that car out of the way.
Hãy dịch chuyển cái xe đó!

＋ （〜が）どく to be moved (out of the way) / tránh ra, xê ra

259

コンセント

この部屋はコンセントが多くて、便利だ。
へや　　　　　　　　　おお　　べんり

名 **power outlet**
ổ cắm

This room has many power outlets, which is convenient.
Căn phòng này có nhiều ổ cắm, tiện lợi.

260

スイッチ

暗くて、スイッチがどこかわからない。
くら

名 **switch**
công tắc

It's dark, so I can't see where the switch is.
Tối nên không biết công tắc ở đâu.

261

ドライヤー

ドライヤーは小さいほうがいい。
ちい

名 **hair dryer**
máy sấy tóc

It's best to have a small hair dryer.
Máy sấy tóc nhỏ thì tốt hơn.

262

蛇口
じゃぐち

お風呂に蛇口が二つ、ついている。
ふろ　じゃぐち　ふた

名 **faucet, tap**
vòi nước

There are two faucets in the bathroom.
Bồn tắm có gắn hai vòi nước.

263

ひねる

右の蛇口をひねると、お湯が出てくる。
みぎ　じゃぐち　　　　　　ゆ　で

動 **to turn, to twist**
vặn, xoắn

When you turn the right faucet, hot water comes out.
Vặn vòi nước bên phải, nước nóng sẽ chảy ra.

264

実家
じっか

週末は実家に帰る。
しゅうまつ　じっか　かえ

名 **one's parents' home**
nhà bố mẹ đẻ

I return to my parents' house on the weekends.
Cuối tuần tôi về nhà bố mẹ đẻ.

265

家賃
やちん

私のマンションは家賃が高い。
わたし　　　　　　　やちん　たか

名 **rent**
tiền thuê nhà

The rent of my apartment is high.
Khu chung cư này tiền thuê nhà cao.

266

物置
ものおき

物置にスキーの道具を入れている。
ものおき　　　　　どうぐ　い

名 **storage**
nơi để đồ

I keep my ski equipment in storage.
Tôi để dụng cụ trượt tuyết ở nơi để đồ.

267

日当たり
ひ あ

名 **sunlight, being open to sunlight**
ánh nắng

広くて、日当たりのいい部屋に住みたい。
ひろ　　　ひ あ　　　　　　　へ や　す

I want to live in a spacious apartment that gets a lot of sunlight.

Tôi muốn sống trong căn phòng rộng rãi, có ánh nắng chiếu vào.

268

内側
うちがわ

名 **inside, inner part**
bên trong

この家は古いが、内側はきれいだ。
いえ　ふる　　　　うちがわ

This house is old, but the interior is clean.

Ngôi nhà này cũ nhưng bên trong đẹp

↔ 外側　＋ 内部 inside, interior / bên trong, nội bộ
そとがわ　　ないぶ

お金と銀行
かね　　ぎんこう

Money and Banks / Tiền và ngân hàng

269

☐ ［お］札
　　　　さつ

名　**monetary note**
　　tiền giấy

日本のお札は、千円から一万円まである。
にほん　　さつ　　せんえん　　いちまんえん

In Japan, there are monetary notes for bills from 1,000 to 10,000.
Tiền giấy của Nhật Bản có mệnh giá từ 1.000 yên đến 10.000 yên.

＝ 紙へい
　　　し

270

☐ コイン

名　**coin**
　　tiền xu

海外のコインを集めるのが好きだ。
かいがい　　　　　　あつ　　　　す

I like collecting coins from other countries.
Tôi thích sưu tầm tiền xu của nước ngoài.

＝ 硬貨
　　こうか

271

☐ 小銭
　　こぜに

名　**coin, change**
　　tiền lẻ, xu lẻ

財布に小銭がない。
さいふ　こぜに

There is no change in my wallet.
Trong ví không có tiền lẻ.

272

☐ 生活費
　　せいかつひ

名　**cost of living**
　　chi phí/tiền sinh hoạt

日本は生活費が高い。
にほん　せいかつひ　たか

The cost of living in Japan is high.
Chi phí sinh hoạt ở Nhật Bản đắt đỏ.

273

☐ 食費
　　しょくひ

名　**food expense**
　　chi phí/tiền ăn uống

1か月の食費は2万円ぐらいだ。
いっ　げつ　しょくひ　　まんえん

My food expenses for one month are about 20,000 yen.
Tiền ăn một tháng khoảng hai mươi nghìn yên.

274

☐ 光熱費
　　こうねつひ

名　**heating and electricity expense**
　　chi phí/tiền điện ga

日本は光熱費が高い。
にほん　こうねつひ　たか

Heating and electricity expenses are high in Japan.
Chi phí điện ga ở Nhật Bản đắt đỏ.

---

275 交際費
こうさいひ

名 entertainment expense
chi phí/tiền quan hệ
giao tiếp

友だちとよく飲みに行くので、交際費がかかる。
とも　　　　　　の　　い　　　　　こうさいひ

I often go drinking with my friends, so my entertainment
expenses are high.
Tôi hay đi uống với bạn bè nên tốn tiền quan hệ giao tiếp.

276 公共料金
こうきょうりょうきん

名 public utilities charge
phí dịch vụ công cộng

この国は公共料金が安い。
くに　こうきょうりょうきん　やす

In this country, public utility charges are low.
Phí dịch vụ công cộng nước này rẻ.

277 ［お］こづかい

名 allowance
tiền tiêu vặt

1か月のこづかいは3万円だ。
いっ げつ　　　　　　　　まんえん

I have a monthly allowance of 30,000 yen.
Tiền tiêu vặt một tháng là ba mươi nghìn yên.

278 節約〈する〉
せつやく

名 saving, economizing
sự tiết kiệm

旅行のために節約している。
りょこう　　　　　せつやく

I'm saving up so I can go on a vacation.
Tôi đang tiết kiệm tiền để đi du lịch.

279 ぜいたく
〈な／する〉

名
ナ形
luxury, extravagance
luxurious, extravagant
xa xỉ, xa hoa, xài sang

今はまだ学生なので、ぜいたくはできない。（名）
いま　　　がくせい

ぜいたくな生活に、あまり興味がない。（ナ形）
せいかつ　　　　きょうみ

I'm still a student, so I can't have many luxuries.
I'm not that interested in an extravagant lifestyle.
Bây giờ vẫn còn là sinh viên nên không thể xài sang được.
Tôi không mấy hứng thú với cuộc sống xa hoa.

280 割り勘
わ　かん

名 splitting the cost
chia tiền trả

今日は割り勘にしよう。
きょう　わ　かん

Let's split the bill today.
Hôm nay chúng mình cùng chia tiền trả nhé!

281 レンタル〈する〉

名 rental
sự thuê, mướn

結婚式のドレスは、レンタルにした。
けっこんしき

I rented a dress for the wedding.
Tôi quyết định thuê váy cưới.

➕ レンタルビデオ rental video / băng video thuê

282

支払う
（しはら）

動 to pay
trả tiền, thanh toán

コンビニで、公共料金を支払うことができる。
（こうきょうりょうきん）（しはら）

You can pay your utility bills at convenience stores.
Có thể trả tiền phí dịch vụ công cộng ở cửa hàng tiện lợi.

283

支払い
（しはら）

名 payment
chi trả, thanh toán

公共料金の支払いを忘れていた。
（こうきょうりょうきん）（しはら）（わす）

I forgot to pay my utility bills.
Tôi quên trả tiền phí dịch vụ công cộng.

284

勘定〈する〉
（かんじょう）

名 bill, check
sự tính tiền, thanh toán

客「お勘定は、どこでしますか。」
（きゃく）（かんじょう）
店員「レジでお願いします。」
（てんいん）（ねが）

Customer: Where do I pay the bill?
Clerk: At the register, please.
Khách: Tính tiền ở đâu?
Nhân viên: Dạ, ở quầy thanh toán ạ!

285

口座
（こうざ）

名 account
tài khoản

初めて自分の口座を開いた。
（はじ）（じぶん）（こうざ）（ひら）

I opened my own account for the first time.
Lần đầu tiên tôi mở tài khoản cho mình.

＝ 銀行口座
（ぎんこうこうざ）

286

キャッシュカード

名 cash card
thẻ tiền mặt

銀行からキャッシュカードが届いた。
（ぎんこう）（とど）

My cash card arrived from the bank.
Thẻ tiền mặt được gửi đến từ ngân hàng.

287

暗証番号
（あんしょうばんごう）

名 personal identification
number, P.I.N.
số mật khẩu, mật mã

カードの暗証番号を忘れてしまった。
（あんしょうばんごう）（わす）

I forgot my PIN.
Tôi quên mất số mật khẩu của thẻ.

288

預金〈する〉
（よきん）

名 deposit
sự gửi tiền (vào ngân
hàng)

銀行に100万円預金した。
（ぎんこう）（ひゃくまんえん）（よきん）

I deposited one million yen in the bank.
Tôi đã gửi một triệu yên vào ngân hàng.

➕ 貯金〈する〉 saving / sự gửi tiết kiệm・預金通帳 bankbook / sổ ngân hàng・
（ちょきん）（よきんつうちょう）
貯金通帳 bankbook / sổ tiết kiệm
（ちょきんつうちょう）

289 □ ためる

動 to save, to gather
tích lũy, dành dụm

会社員になったら、お金を<u>ためる</u>つもりだ。
かいしゃいん　　　　　　かね

Once I become an office worker, I intend to save my money.
Khi trở thành nhân viên công ty, tôi dự định sẽ tích lũy tiền.

290 □ たまる

動 to be saved, to be gathered
tích trữ, dành dụm được

節約しても、なかなかお金が<u>たまら</u>ない。
せつやく　　　　　　　　かね

Even though I try to conserve my money, I just can't seem to save any up.
Dù tôi có tiết kiệm, mãi vẫn không dành dụm được tiền.

291 □ 引き出す
　ひ　だ

動 to pull out
rút

大きな買い物をするので、お金を<u>引き出した</u>。
おお　　か　もの　　　　　　　かね　　ひ　だ

I'm going to make a large purchase, so I withdrew some money.
Vì sẽ mua sắm một khoản lớn nên tôi đã rút tiền.

■ (お金を) 下ろす
　　かね　　お

292 □ 振り込む
　ふ　こ

動 to deposit, to make a payment via bank deposit
chuyển khoản

銀行で、公共料金を<u>振り込んだ</u>。
ぎんこう　こうきょうりょうきん　ふ　こ

I paied my utility bills at the bank.
Tôi đã chuyển khoản tiền công cộng ở ngân hàng.

✚ 振り込み deposit, payment made via bank deposit / (sự) chuyển khoản
　ふ　こ

293 □ 送金〈する〉
　そうきん

名 to send money, to transfer money, to wire money
sự gửi tiền (cho ai đó)

今月も、国の両親に<u>送金した</u>。
こんげつ　くに　りょうしん　そうきん

I sent some money to my parents in my home country this month, too.
Tháng này tôi cũng đã gửi tiền cho bố mẹ ở trong nước.

294 □ 通帳記入
　つうちょうきにゅう

名 entering in bankbook
cập nhật thông tin sổ ngân hàng

<u>通帳記入</u>のために、銀行に寄った。
つうちょうきにゅう　　　　ぎんこう　よ

I went to the bank to enter my account information into my bankbook.
Tôi ghé qua ngân hàng để cập nhật thông tin sổ ngân hàng.

Section **3**

買い物
か　もの

Shopping / Mua sắm

---

295 □ 品物
しなもの

名 | goods
hàng, hàng hóa

駅前のデパートは、高い品物が多い。
えきまえ　　　　　　　　　たか　しなもの　　おお

There are a lot of expensive goods at the department store in front of the station.
Siêu thị mua sắm trước ga có nhiều hàng đắt tiền.

---

296 □ 現金
げんきん

名 | cash
tiền mặt

買い物は、いつも現金で払う。
か　もの　　　　　　　げんきん　はら

I always pay with cash when I go shopping.
Tôi bao giờ cũng dùng tiền mặt thanh toán khi mua sắm.

---

297 □ クレジットカード

名 | credit card
thẻ tín dụng

このクレジットカードは、とても便利だ。
べんり

This credit card is very convenient.
Thẻ tín dụng này rất tiện.

👉 When shopping, this is often abbreviated to just カード
Thực tế khi đi mua sắm nhiều khi chỉ nói từ " カード "

---

298 □ 1回払い
いっかいばら

名 | one-time payment
thanh toán một lần

カードの支払いは、1回払いだ。
し　はら　　　　　　いっかいばら

Card payments are one-time payments.
Thanh toán bằng thẻ là thanh toán một lần.

➕ ボーナス払い bonus payment / trả bằng tiền thưởng
ばら

---

299 □ 合計 〈する〉
ごうけい

名 | total amount
tổng cộng

先月のカードの支払いは、合計10万円になった。
せんげつ　　　　　　し　はら　　　　ごうけい　　まんえん

My card payments for last month were 100,000 yen in total.
Thanh toán thẻ của tháng trước tổng cộng là 100 nghìn yên.

---

300 □ 代金
だいきん

名 | price, charge
tiền mua hàng

品物は代金を払って、3日以内に届く。
しなもの　だいきん　はら　　　　みっか　いない　とど

The goods will arrive within three days of payment.
Trả tiền hàng rồi thì hàng sẽ được gửi đến trong vòng 3 ngày.

66

301

税込
ぜいこみ

名 tax included
bao gồm thuế

この値段は税込ですか。
ね だん　　　　ぜいこみ

Does this price include tax?
Giá này là đã bao gồm thuế chưa?

← 税別　+ 税金 tax / tiền thuế
　ぜいべつ　　　ぜいきん

302

請求書
せいきゅうしょ

名 bill
phiếu yêu cầu thanh toán

電話料金の請求書が届いた。
でん わ りょうきん　せいきゅうしょ　とど

My phone bill arrived.
Phiếu yêu cầu thanh toán tiền điện thoại được gửi đến.

303

領収書
りょうしゅうしょ

名 formal receipt
hóa đơn

買い物をするときは、領収書をもらう。
か もの　　　　　　　　　りょうしゅうしょ

I ask for receipts whenever I go shopping.
Khi mua sắm, tôi lấy hóa đơn.

304

売り切れ
う き

名 sold out
sự bán hết

ほしかったバッグは、売り切れだった。
　　　　　　　　　　　う き

The bag I wanted was sold out.
Cái túi mà tôi muốn đã bị bán hết.

+ 売り切れる to sell out / bán hết
　う き

305

品切れ
しな ぎ

名 out of stock
sự hết hàng

店の人に、Mサイズは品切れだと言われた。
みせ ひと　　エム　　　　　しな ぎ　　　い

The store clerk told me that the medium size was out of stock.
Người bán hàng nói rằng cỡ M đã hết hàng.

☞ 売り切れ means that that store no longer has that product in its inventory. 品切れ means that product itself is no longer in stock anywhere.
Từ " 売り切れ " là việc hàng không còn trong cửa hàng đó nữa. Từ " 品切れ " là việc hàng đó không còn trong kho hàng nữa.

306

日替わり
ひ が

名 daily, changing daily
thay đổi theo ngày

この店は、日替わりでセールをしている。
みせ　　　　ひ が

This store has a different sale daily.
Cửa tiệm này bán hạ giá thay đổi theo ngày.

---

307 割引
わりびき

名 discount
giảm giá

あのパン屋は、水曜日に１０パーセント割引を
している。

That bakery gives a 10 percent discount on Wednesdays.
Cửa hàng bánh mì giảm giá 10% vào thứ tư.

➕ 割り引く to discount / giảm giá・割引券 coupon / phiếu giảm giá・
学生割引 student discount / giảm giá cho sinh viên

---

308 半額
はんがく

名 half price
nửa giá tiền

５万円のコートが半額で買えた。

I bought a 50,000 yen coat at half price.
Tôi mua được một cái áo khoác 50 nghìn yên với nửa giá tiền.

➕ 半額セール half price sale / bán hạ giá 50%

---

309 特売日
とくばいび

名 special sale day
ngày hạ giá đặc biệt

今日はスーパーの特売日だ。

Today is the supermarket's special sale day.
Hôm nay là ngày hạ giá đặc biệt của siêu thị.

➕ 特売品 special sale product / hàng hạ giá đặc biệt

---

310 たった

副 just, only
chỉ có, vẻn vẹn

有名ブランドのバッグがたった３万円だった。

This famous brand name bag was only 30,000 yen.
Cái túi hàng hiệu nổi tiếng chỉ có 30 nghìn yên.

➕ ただ just, only / không mất tiền, cho không

---

311 得〈な〉
とく

名
ナ形 bargain, good value
món hời (hời, lời)

バーゲンに行って、得をした。(名)

I went to a bargain sale and saved a lot of money.
Tôi đi vào đợt hạ giá nên hời.

➕ 得する to get a bargain / có hời, có lời

---

312 損〈な〉
そん

名
ナ形 loss, disadvantage,
unprofitable
tổn thất, thiệt (bị thiệt)

バーゲンに行けなくて、損をした。(名)

I lost out because I wasn't able to go to the bargain sale.
Không thể đi vào đợt bán giảm giá nên đã bị thiệt.

➕ 損する to take a loss (in profit, etc.) / thiệt, bị thiệt

313 名	おまけ〈する〉 plus, bonus, free gift quà tặng khuyến mãi	お店の人が、りんごをおまけしてくれた。 みせ　ひと The store clerk threw in an extra apple for free. Người bán hàng đã tặng khuyến mãi táo cho tôi.
314 名 ナ形	むだ〈な〉 no use, useless sự lãng phí (hoang phí, lãng phí)	そんなものを買って、お金のむだだ。（名） か　　かね むだな物は買わないようにしている。（ナ形） もの　か Buying something like that is a waste of money. I try not to buy things I don't need. Mua món đồ như thế là lãng phí. Tôi cố gắng không mua những thứ không cần thiết.
315 名	むだづかい〈する〉 wasteful use sự tiêu xài hoang phí	ボーナスをむだづかいしてしまった。 I wasted the money from my bonus. Tôi đã tiêu lãng phí tiền thưởng.
316 動	寄る よ to briefly stop by rẽ qua, ghé qua	帰りにデパートに寄って、買い物をした。 かえ　　　　　　　か　もの I stopped by the department store on my way home and did some shopping. Trên đường về tôi đã ghé qua trung tâm thương mại mua sắm.
317 副	ついでに incidentally, on the occasion tiện thể	郵便局に行った。ついでに、コンビニに寄った。 ゆうびんきょく　い　　　　　　　　　　　　　　　よ I went to the post office. While I was out, I also stopped by the convenience store. Tôi đã đi bưu điện. Tiện thể, tôi ghé qua cửa hàng tiện lợi.
318 名	レジ袋 ぶくろ shopping bag túi bóng, bao xốp	あのスーパーでは、レジ袋が3円です。 ぶくろ　えん Shopping bags are three yen at that supermarket. Ở siêu thị ấy, túi bóng đựng hàng là 3 yên.
319 名	定休日 ていきゅうび fixed holiday ngày nghỉ quy định	本日は定休日のため、休ませていただきます。 ほんじつ　ていきゅうび　　　　やす We are closed today, as it is a fixed holiday for us. Hôm nay là ngày nghỉ quy định nên chúng tôi xin được phép nghỉ.

245·364

朝から夜まで
あさ　　　よる

From Morning Until Night / Từ sáng đến tối

320 覚ます
さ

動 to wake up
tỉnh dậy, thức giấc

夜中の3時に目を覚ました。
よなか　　じ　め　さ

I woke up at 3:00 in the morning.
Tôi tỉnh dậy lúc 3 giờ đêm.

321 覚める
さ

動 to be awoken
thức dậy

毎朝、7時に目が覚める。
まいあさ　じ　め　さ

I wake up every morning at 7:00.
Hàng ngày tôi thức dậy lúc 7 giờ.

322 （夜が）明ける
よ　　　　あ

動 to become dawn
trời sáng

ゲームをしていたら、夜が明けてしまった。
よ　あ

I was playing video games, and before I knew it, it was dawn.
Tôi chơi game rồi thì trời sáng mất tiêu.

323 支度〈する〉
したく

名 arrangements,
preparation
sự chuẩn bị, sửa soạn

起きたら、急いで朝ごはんを食べて、支度する。
お　　　　いそ　　あさ　　　　　た　　　　したく

After I wake up, I quickly eat breakfast and get ready.
Thức dậy là tôi vội vã ăn sáng rồi sửa soạn.

324 合わせる
あ

動 to combine, to put
together
ướm, phối hợp

ごはんのとき、手を合わせて「いただきます」
て　あ
と言う。
い

When eating, I put my hands together and say,
"Itadakimasu."
Khi ăn cơm, chắp tay lại và nói "itadakimasu".

325 しまう

動 to put away
cất

午前中に、冬のふとんを干して、しまう。
ごぜんちゅう　　ふゆ　　　　　　ほ

In the morning, I hang my winter futon outside, then put it away.
Trong buổi sáng tôi phơi chăn mùa đông và cất đi.

326 □	（ひげを）そる	夫はひげを<u>そる</u>のに、時間がかかる。 おっと　　　　　　　じかん
動	to shave cạo (râu)	It takes a while for my husband to shave his facial hair. Chồng tôi mất thời gian cho việc cạo râu.
327 □	（髪を）とかす かみ	朝、3分くらいで髪を<u>とかす</u>。 あさ　ぶん　　　　かみ
動	to comb chải (tóc)	In the morning, I comb my hair for about three minutes. Buổi sáng, tôi chải tóc mất khoảng 3 phút.
328 □	そろえる	持っていくものを<u>そろえて</u>、バッグに入れる。 も　　　　　　　　　　　　　　　　い
動	to gather tập hợp, xếp	I get all of the things I'm going to be taking together and put them in a bag. Tôi xếp những thứ mang đi cho vào túi.

➕ （〜が）そろう to be gathered / tập hợp, xếp, đầy đủ

329 □	昼寝〈する〉 ひる ね	会社で 15 分だけ、<u>昼寝して</u>いる。 かいしゃ　　ふん　　　　ひる ね
名	nap việc ngủ trưa	I take naps for only 15 minutes at my office. Ở công ty, tôi ngủ trưa chỉ 15 phút.
330 □	腰かける こし	いすに<u>腰かけて</u>、少し休もう。 こし　　　　すこ やす
動	to sit, to have a seat dựa lưng	Let's sit in a chair and rest a little. Dựa lưng vào ghế, nghỉ ngơi một chút nào!
331 □	暮れる く	もう少しで日が<u>暮れる</u>。 すこ　ひ　く
動	to close, to conclude lặn	The sun is going to go down soon. Mặt trời sắp sửa lặn.

➕ 年の暮れ end of the year / hết năm, cuối năm
とし　く

332 □	おしゃべり〈する〉	家族と<u>おしゃべりする</u>時間を大切にしている。 か ぞく　　　　　　　　　じ かん　たいせつ
名	chatting sự nói chuyện, chuyện trò	I value the time I spend chatting with my family. Tôi trân trọng thời gian chuyện trò với gia đình.
333 □	リラックス〈する〉	家に帰って、リビングで<u>リラックスする</u>。 いえ　かえ
名	relaxing sự thư giãn	When I get home, I relax in the living room. Về đến nhà tôi thư giãn ở phòng khách.

334

ふだん

名 usually, normally
thông thường, bình
thường

ふだんは家で食事をする。
いえ しょくじ

I usually eat at home.
Bình thường tôi ăn ở nhà.

335

ふだん着
ぎ

名 casual wear
quần áo thường ngày,
quần áo ở nhà

ふだん着のまま、ソファーで寝てしまった。
ぎ ね

I fell asleep on the couch in my casual wear.
Tôi ngủ quên trên ghế sofa mà vẫn mặc nguyên bộ quần áo
thường ngày.

336

相変わらず
あい か

副 as always
vẫn

息子は相変わらずゲームをしている。
むすこ あいか

My son is playing games like he always does.
Con trai tôi vẫn chứng chơi game.

337

たいてい

副 normally
đại khái, đại để

たいてい、1時ごろ寝る。
じ ね

I usually go to sleep around 1:00.
Đại để tôi ngủ lúc 1 giờ.

338

夜ふかし〈する〉
よ

名 staying up late
sự thức khuya

週末は、ちょっと夜ふかししてしまう。
しゅうまつ よ

I tend to stay up late a little on the weekends.
Cuối tuần tôi thức khuya một chút.

339

電源
でんげん

名 power, power source,
outlet
nguồn điện, chỗ cắm điện

夜、パソコンの電源を切る。
よる でんげん き

At night, I turn my computer off.
Buổi tối, tắt nguồn điện máy vi tính.

340

充電〈する〉
じゅうでん

名 charging (a battery)
việc nạp điện, sạc pin

寝る前に、スマートフォンを充電しておく。
ね まえ じゅうでん

I charge my smartphone before I go to bed.
Trước khi ngủ tôi nạp điện cho máy smartphone.

341

セット〈する〉

名 setting
sự cài đặt

目覚ましを7時にセットした。
め ざ じ

I set my alarm clock for 7:00.
Tôi cài đặt đồng hồ báo thức lúc 7 giờ.

---

342 ☐	なでる	ペットの犬を<u>なでて</u>、「おやすみ」と言った。
動	**to pet, to stroke** **vuốt ve**	I pet my dog and said, "good night." Tôi vuốt ve con cún và nói "Chúc mày ngủ ngon!".
343 ☐	ぐっすり［と］	今日も<u>ぐっすり</u>寝られそうだ。
副	**sound asleep** **say giấc, ngủ tít**	I feel like I'll be able to sleep soundly today, too. Hôm nay cũng có vẻ ngủ say giấc đây.
344 ☐	運	今日は、<u>運</u>がいい一日だった。
名	**luck** **số, vận**	Today was a lucky day. Hôm nay là một ngày may mắn.

こんなことも

Miscellaneous / Cả những việc như thế này

---

345 日常
にちじょう

名 daily, everyday
thường nhật

日常の生活を楽しみたい。
にちじょう　せいかつ　たの

I want to enjoy daily life.
Tôi muốn thưởng thức cuộc sống thường nhật.

➕ 日常生活 daily life, everyday life / cuộc sống thường nhật, sinh hoạt hàng ngày ・
にちじょうせいかつ
日常会話 daily conversation, everyday conversation / hội thoại thông thường
にちじょうかいわ

---

346 常に
つね

副 always
thường xuyên

常に、家族の健康を考えている。
つね　　かぞく　けんこう　かんが

I'm always thinking about my family's health.
Tôi thường xuyên nghĩ đến sức khỏe của gia đình.

---

347 出迎え
でむか

名 reception, welcome
(sự) đón

空港へ国の友だちの出迎えに行く。
くうこう　くに　とも　　でむか　　い

I went to welcome my friend from my home country at the
airport.
Tôi ra sân bay đón bạn từ nước sang.

---

348 出迎える
でむか

動 to receive, to welcome
đón

バス停で友だちを出迎えた。
てい　とも　　でむか

I greeted my friend at the bus stop.
Tôi đã đón được bạn ở bến đỗ xe buýt.

---

349 見送り
みおく

名 seeing off
(sự) tiễn

空港へ家族を見送りに行く。
くうこう　かぞく　みおく　　い

I went to the airport to see my family off.
Tôi tiễn gia đình ra sân bay.

---

350 見送る
みおく

動 to see off
tiễn

泣きながら家族を見送った。
な　　　　かぞく　みおく

I saw my family off in tears.
Tôi vừa tiễn gia đình vừa khóc.

---

351 郵送 〈する〉
ゆうそう

名 mail
gửi bưu điện

母に誕生日プレゼントを郵送した。
はは　たんじょうび　　　　　　ゆうそう

I mailed my mother a birthday present.
Tôi gửi bưu điện quà sinh nhật cho mẹ.

352 小包
こづつみ
名 package
gói, bưu kiện

小包にセーターを入れた。
い

I put a sweater in the package.
Tôi cho chiếc áo len vào bưu kiện.

353 送料
そうりょう
名 fee, charge
tiền gửi, cước gửi

荷物を送るとき、送料がかかる。
に もつ おく　　そうりょう

It costs a fee to send a package.
Khi gửi hành lý sẽ mất tiền gửi.

354 あて先
さき
名 address of recipient
địa chỉ nhận

あて先を間違えないように書いた。
さき　　まちが　　　　　　か

I made sure not to make any mistakes when I wrote the address.
Tôi đã viết không để nhầm địa chỉ.

355 あて名
な
名 name of recipient
tên người nhận

あて名に母の名前を書いた。
な　　はは　なまえ　か

I wrote my mother's name as the name of the recipient.
Tôi viết tên mẹ tôi vào tên người nhận.

356 差出人
さしだしにん
名 sender
người gửi

ここに差出人の住所を書いてください。
さしだしにん　じゅうしょ　か

Please write the sender's address here.
Hãy viết địa chỉ của người gửi vào chỗ này!

357 とりあえず
副 first, for the moment, for the time being
trước mắt

大学に合格したので、とりあえず母に知らせた。
だいがく　ごうかく　　　　　　　　　はは　し

I got accepted to college, so I first informed my mother.
Vì đã đậu đại học nên trước mắt, tôi báo cho mẹ biết.

358 出前
でまえ
名 home delivery
gọi đến nhà

今日は疲れたので、すしの出前にしよう。
きょう　つか　　　　　　　　　でまえ

I'm tired today, so let's order some sushi delivery.
Hôm nay mệt nên mình gọi sushi đến nhà thôi!

🟰 デリバリー

👉 出前 is used for Japanese delivery foods like sushi and soba. / Món ăn Nhật như sushi, mì soba thì thường sử dụng " 出前 ".

359

ほどく

動 to unwind, to untie, to unfold
tháo, cởi

玄関で、くつのひもを<u>ほどいた</u>。
げんかん

I untied my shoes at the entrance way.
Tôi tháo dây giày ở lối cửa vào

↔ 結ぶ
むす

360

留守番電話
る す ばん でん わ

名 answering machine
điện thoại trả lời tự
động khi vắng nhà

<u>留守番電話</u>に母の声が入っていた。
る す ばん でん わ   はは こえ はい

My mother's voice was on the answering machine.
Có tiếng của mẹ tôi trong máy điện thoại trả lời tự động
khi vắng nhà.

361

よく

副 often
hay

両親や兄弟と、<u>よく</u>電話で話している。
りょうしん きょうだい   でん わ はな

I often talk with my parents and siblings on the phone.
Tôi hay nói chuyện điện thoại với bố mẹ và anh em trong
nhà.

362

早め〈な〉
はや

名 early
ナ形 sớm, nhanh chóng

飛行機のチケットを<u>早め</u>に予約しておく。(ナ形)
ひ こう き   はや よ やく

I'm going to reserve my flight tickets early.
Tôi đặt sẵn vé máy bay sớm.

↔ 遅め〈な〉
おそ

363

リサイクル〈する〉

名 recycling
sự tái chế, tái sử dụng

洋服も家具も<u>リサイクル</u>できる。
ようふく か ぐ

You can recycle clothes as well as furniture.
Quần áo cũng như gia dụng đều tái sử dụng được.

＝ 再利用〈する〉
さい り よう

364

どける

動 to move (out of the way)
xê, xê dịch, để tránh
sang một bên

その自転車を<u>どけて</u>ください。
じ てんしゃ

Please move that bicycle out of the way.
Hãy xê cái xe đạp đấy ra!

私たちの町
わたし　　　　　　　　まち

Our Town
Thành phố (thị trấn) của chúng tôi

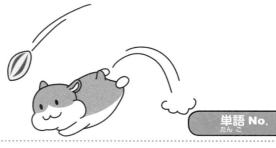

町のようす
まち

Town Appearance / Quang cảnh thành phố

365

商店街
しょうてんがい

名

shopping district
phố thương mại

駅前に大きな商店街がある。
えきまえ　おお　　　しょうてんがい

There is a large shopping district in front of the station.
Trước cửa ga có phố thương mại lớn.

366

にぎやかな

ナ形

lively
nhộn nhịp

商店街は、たくさんの人でにぎやかだ。
しょうてんがい　　　　　　　　ひと

The shopping district is very lively, and there are a lot of
people there.
Phố thương mại có nhiều người, nhộn nhịp.

367

高層ビル
こうそう

名

high rise, skyscraper
tòa nhà cao tầng

この町には、高層ビルがない。
まち　　　こうそう

There aren't skyscrapers in this town.
Ở thị trấn này không có tòa nhà cao tầng.

➕ 高層マンション high-rise apartment building / chung cư cao tầng
こうそう

368

建つ
た

動

to be built
được xây, được xây
dựng

川の近くに、高層マンションが建った。
かわ　ちか　　　こうそう　　　　　　　　た

A high-rise apartment building was built near the river.
Gần sông có một chung cư cao tầng được xây.

➕ （〜を）建てる to build / xây, xây dựng
た

369

水族館
すいぞくかん

名

aquarium
thủy cung

水族館は、いつも子どもでいっぱいだ。
すいぞくかん　　　　　　　こ

There are always a lot of children at the aquarium.
Thủy cung bao giờ cũng đông trẻ em.

370

博物館
はくぶつかん

名

museum
bảo tàng

週末、博物館はとても込んでいる。
しゅうまつ　はくぶつかん　　　　こ

On weekends, the museum is very crowded.
Cuối tuần, bảo tàng rất đông.

---

371 出入リ口（出入口）
でぃ ぐち でぃりぐち

名 entrance, exit
lối/cửa ra vào

博物館の出入リ口に、ポスターがはってある。
はくぶつかん でぃ ぐち

There is a poster posted at the entrance of the museum.
Áp-phích được dán ở lối ra vào của bảo tàng.

---

372 自動ドア
じ どう

名 automatic door
cửa tự động

出入リ口に、大きな自動ドアがある。
でぃ ぐち おお じ どう

There is a large automatic door at the entrance.
Ở lối cửa ra vào có cửa tự động lớn.

---

373 入館料
にゅうかんりょう

名 admission fee
phí vào cửa

入館料は 400 円です。
にゅうかんりょう よんひゃく えん

Admission is 400 yen.
Phí vào cửa là 400 yên.

---

374 混雑〈する〉
こんざつ

名 being crowded
sự đông đúc, đông nghịt

週末は、どこも混雑している。
しゅうまつ こんざつ

Everywhere is crowded on weekends.
Cuối tuần ở đâu cũng đông nghịt.

---

375 行列
ぎょうれつ

名 line
hàng người

人気の店の前に、長い行列ができている。
にんき みせ まえ なが ぎょうれつ

There is a long line in front of the popular store.
Trước cửa tiệm được ưa thích, có một hàng người xếp dài.

---

376 休館日
きゅうかんび

名 holiday, closed day
ngày nghỉ

この博物館の休館日は、月曜日だ。
はくぶつかん きゅうかんび げつようび

This museum is closed on Mondays.
Ngày nghỉ của bảo tàng này là thứ hai.

---

377 ホール

名 hall
hội trường

市のホールで、よくコンサートが開かれる。
し ひら

Concerts are often held at the city's hall.
Những buổi hòa nhạc hay được tổ chức ở hội trường thành phố.

---

378 使用料
しようりょう

名 usage fee
phí sử dụng

このホールの使用料は、3 時間 1 万円だ。
しようりょう じ かん まんえん

It costs 10,000 yen to use this hall for three hours.
Phí sử dụng hội trường này là 10 nghìn yên cho 3 tiếng đồng hồ.

379
☐

無料
（むりょう）

名 free, free of charge
miễn phí

駅前で<u>無料</u>の化粧品をもらった。
（えきまえ　むりょう　けしょうひん）

I got some free sample cosmetics in front of the station.
Trước nhà ga, tôi được cho mỹ phẩm miễn phí.

　■＝ タダ（Used primarily in conversation / văn nói）　↔ 有料（ゆうりょう）

380
☐

老人ホーム
（ろうじん）

名 nursing home
nhà dưỡng lão

公園の近くに、<u>老人ホーム</u>ができるそうだ。
（こうえん　ちか　ろうじん）

They say a nursing home is going to be built near the park.
Nghe nói gần công viên có xây nhà dưỡng lão.

381
☐

目印
（めじるし）

名 landmark, sign
dấu, dấu hiệu nhận biết

A「そちらの近くに、何か<u>目印</u>がありますか。」
（ちか　なに　めじるし）
B「そうですね。赤い橋があります。」
（あか　はし）

A: Are there any landmarks near there?
B: Let's see, there's a red bridge.
A: Ở gần đấy có cái gì làm dấu không?
B: Ừ nhi! Có cây cầu đỏ.

382
☐

歩道橋
（ほどうきょう）

名 pedestrian bridge
cầu đi bộ qua đường

<u>歩道橋</u>に上ると、町がよく見える。
（ほどうきょう　のぼ　まち　み）

If you go up the pedestrian bridge, you can get a good view of the town.
Nếu leo lên cầu đi bộ qua đường sẽ nhìn thấy rõ phố.

383
☐

タワー

名 tower
tháp

スカイツリーは、日本で一番高い<u>タワー</u>だ。
（にほん　いちばんたか）

The Tokyo Skytree is the tallest tower in Japan.
Skytree là tháp cao nhất ở Nhật Bản.

　＋ 東京タワー Tokyo Tower / Tháp Tokyo・スカイツリー Tokyo Skytree / Skytree
（とうきょう）

384
☐

ライト

名 light
ánh sáng, chiếu sáng

あのタワーは夜7時になると、<u>ライト</u>がつく。
（よるしちじ）

The lights at that tower turn on at 7:00.
Tháp ấy cứ đến 7 giờ tối là có đèn chiếu sáng.

　＋ ライトアップ illumination / chiếu sáng

385
☐

居酒屋
（いざかや）

名 Japanese-style pub
quán nhậu

この町には、たくさん<u>居酒屋</u>がある。
（まち　いざかや）

There are many Japanese pubs in this town.
Ở phố này có nhiều quán nhậu.

386

八百屋
やおや

名 **grocery store**
cửa hàng rau quả

野菜や果物は八百屋で買う。
やさい　くだもの　やおや　か

I buy my fruits and vegetables at the grocery store.
Rau và hoa quả thì tôi mua ở cửa hàng rau quả.

387

正面
しょうめん

名 **front**
chính diện

パン屋の正面に、小さな本屋がある。
や　しょうめん　ちい　ほんや

There is a small bookstore in front of the bakery.
Chính diện cửa hàng bánh mì có một hiệu sách nhỏ.

388

そば

名 **near**
bên cạnh

本屋のそばに、おいしいレストランがある。
ほんや

Near the bookstore, there is a restaurant with delicious food.
Bên cạnh hiệu sách có một nhà hàng ngon.

389

コンクリート

名 **concrete**
bê tông

あのアパートは、コンクリートでできている。

That apartment building is made of concrete.
Chung cư ấy được xây bằng bê tông.

390

地方
ちほう

名 **region, countryside**
địa phương

この地方には、自然がたくさんある。
ちほう　しぜん

This region is full of nature.
Địa phương này có nhiều phong cảnh tự nhiên.

391

地域
ちいき

名 **area, region**
khu vực

この地域には、知り合いが多い。
ちいき　し　あ　おお

I have many acquaintances in this area.
Tôi có nhiều người quen biết ở khu vực này.

392

郊外
こうがい

名 **suburbs**
ngoại ô

いつか郊外に、庭のある家を建てたい。
こうがい　にわ　いえ　た

Someday, I would like to build a house with a garden in the suburbs.
Tôi muốn khi nào đó sẽ xây một căn nhà có sân vườn ở ngoại ô.

393

中心
ちゅうしん

名 **center**
trung tâm, giữa

広場の中心に、きれいな花が咲いている。
ひろば　ちゅうしん　はな　さ

In the middle of the open area, there are beautiful flowers in bloom.
Hoa đẹp đang đua nở giữa trung tâm quảng trường.

➕ 中央 center, middle / trung ương, trung tâm
ちゅうおう

365・496

394	移転 〈する〉 いてん	市役所が移転するらしい。 しやくしょ　　いてん
名	**moving** **sự di chuyển, di dời**	It seems the city hall is going to be relocated. Nghe nói, tòa nhà ủy ban sẽ được di dời.
395	工事 〈する〉 こうじ	３年くらい前から、駅の工事をしている。 ねん　　　　まえ　　　えき　こうじ
名	**construction work** **công trường xây dựng**	Since three years ago, there has been construction on the station going on. Đang tiến hành công trường xây dựng nhà ga từ khoảng 3 năm trước.
396	空き地 あ　ち	うちの近くの空き地が、駐車場になった。 ちか　　あ　ち　　ちゅうしゃじょう
名	**vacant land** **khu đất trống**	The vacant land near my house was made into a parking lot. Khu đất trống ở gần nhà đã trở thành bãi đỗ xe.

町を歩く
まち　　ある

Walking around the Town / Đi bộ trong thành phố

397 ☐	人ごみ ひと 名 **crowd of people** **đám đông**	人ごみの中を歩くと、ちょっと疲れる。 ひと　　なか　ある　　　　　　　つか It's tiring to walk through large crowds of people. Hễ đi bộ trong đám đông người là thấy hơi mệt.
398 ☐	都会 と　かい 名 **city, urban area** **đô thị**	都会には自然が少ない。 と　かい　　し ぜん　すく There's not much nature in the city. Ở đô thị ít có khung cảnh tự nhiên.
399 ☐	ぶらぶら〈する〉 副 **roaming, wandering** **sự lang thang**	休みの日は、一人で町をぶらぶらする。 やす　ひ　　ひとり　まち On my days off, I wonder around the town. Vào ngày nghỉ, tôi một mình đi lang thang thị trấn.
400 ☐	うろうろ〈する〉 副 **aimlessly wandering** **sự lởn vởn, lảng vảng**	最近、知らない人が家の前をうろうろしている。 さいきん　し　　　ひと　いえ　まえ Lately, people I don't know have been wondering around in front of my house. Gần đây, có người lạ đi lởn vởn trước nhà.
401 ☐	通りかかる とお 動 **to happen by** **đi qua**	通りかかった店に、ちょっと入ってみた。 とお　　　　みせ　　　　　　はい I happened by a store and went in for a bit. Tôi thử vào cửa hàng mình đi ngang qua một chút.
402 ☐	通り過ぎる とお　す 動 **to pass by** **đi quá**	スマホを見ていて、学校を通り過ぎてしまった。 み　　　　　がっこう　とお　す I was looking at my smartphone and walked right by the school. Mải xem điện thoại, tôi đã đi quá mất trường học.
403 ☐	徒歩 と　ほ 名 **walking** **đi bộ**	うちから駅まで、徒歩で15分くらいだ。 えき　　　と　ほ　　ふん It takes about 15 minutes to walk from the my house to the station. Từ nhà đến ga đi bộ mất khoảng 15 phút.

404 方向
ほうこう

名 direction, orientation
hướng, phương hướng

知らない町では、方向がわからない。
し　　　まち　　　　　　ほうこう

I can't get oriented in a town I don't know.
Ở thành phố không quen tôi không biết phương hướng.

405 遠回り 〈する〉
とおまわ

名 taking the long way,
taking a detour
sự đi vòng, đường vòng

時間があるから、ちょっと遠回りしてみよう。
じかん　　　　　　　　　　　　とおまわ

We have some time, so let's take the scenic way.
Vì có thời gian nên tôi thử đi vòng một chút.

406 近道 〈する〉
ちかみち

名 shortcut
sự đi tắt, đường tắt

駅に行くとき、公園を通って近道した。
えき　い　　　　　こうえん　とお　　　ちかみち

When I went to the station, I took a shortcut through the
park.
Khi đi ra ga, tôi đi tắt qua công viên.

⬌ 回り道 〈する〉
まわ　みち

407 距離
きょり

名 distance
cự ly, khoảng cách

うちから学校まで、ちょっと距離がある。
がっこう　　　　　　　きょり

There's a bit of distance between my house and school.
Từ nhà đến trường hơi có khoảng cách (hơi xa) một chút.

408 追いかける
お

動 to chase, to pursue
đuổi theo

女の子が犬を追いかけている。
おんな　こ　いぬ　お

A girl is chasing a dog.
Bé gái đuổi theo con chó.

409 追いつく
お

動 to catch up with
đuổi kịp

ちょっと走ったら、すぐに追いついた。
はし　　　　　　　　　　お

After running a bit, I caught up right away.
Chạy một chút là đuổi kịp ngay.

410 追い越す
お　こ

動 to pass, to surpass
vượt

前の人がゆっくり歩いていたので、追い越した。
まえ　ひと　　　　　　ある　　　　　　　お　こ

The person in front of me was walking slowly, so I passed
her.
Vì người đằng trước đi chậm rãi nên tôi đã vượt qua.

411 突き当たり
つ　あ

名 end of a street
cuối đường, cuối đường
hình chữ T

この道の突き当たりに病院がある。
みち　つ　あ　　　びょういん

There is a hospital at the end of this road.
Ở cuối con đường này có bệnh viện.

➕ 突き当たる to hit a dead end / đâm vào, đi hết đường
 (つ)(あ)

412
☐

立ち止まる
(た)(ど)

立ち止まらないで、前に進んでください。
(た)(ど)　　(まえ)(すす)

動 to stop, to stand still
dừng lại

Please keep moving without stopping.
Không dừng lại, hãy đi tiếp!

413
☐

横切る
(よこ)(ぎ)

黒猫が道を横切った。
(くろねこ)　(みち)(よこぎ)

動 to cross, to go across
băng qua

A black cat crossed the road.
Con mèo đen băng qua đường.

414
☐

見かける
(み)

駅で知り合いを見かけた。
(えき)(し)(あ)　(み)

動 to notice, to catch sight of
trông thấy, bắt gặp

I saw an acquaintance of mine at the station.
Tôi bắt gặp người quen ở ga.

Section 3

電車と新幹線
でんしゃ　　しんかんせん

Trains and the Shinkansen / Tàu điện và tàu Shinkansen

---

415 行き先
いゆ　さき

名 **destination**
nơi đến

急いでいたので、行き先を間違えてしまった。
いそ　　　　　　いゆ さき　まちが

I was in a hurry, so I mistook my destination.
Vì vội vàng nên tôi đã bị nhầm mất nơi đến.

---

416 往復 〈する〉
おうふく

名 **round trip**
sự đi và về, khứ hồi

会社まで往復4時間かかる。
かいしゃ　　おうふく よ じかん

It takes four hours round trip to get to my office and back.
Đến công ty cả đi lẫn về mất 4 tiếng đồng hồ.

➕ 往復切符 round-trip ticket / vé khứ hồi
　　おうふくきっぷ

---

417 片道
かたみち

名 **one-way trip**
một chiều

東京まで新幹線で、片道1万円だ。
とうきょう　しんかんせん　かたみち まんえん

A one-way ticket on the Shinkansen to Tokyo is 10,000 yen.
Đi một chiều bằng tàu Shinkansen đến Tokyo mất 10 nghìn yên.

---

418 各駅停車
かくえきていしゃ

名 **local train**
tàu chậm (đỗ lại tất cả các ga)

時間があるときは、各駅停車に乗る。
じかん　　　　　　　かくえきていしゃ の

When I have extra time, I take the local train.
Khi có thời gian tôi ngồi tàu chậm.

🟰 各停
　　かくてい

---

419 急行
きゅうこう

名 **express**
tàu tốc hành

A駅までお急ぎの方は、次の急行をご利用ください。
エー えき　いそ かた　つぎ きゅうこう　りよう

For passengers hurrying to A Station, please use the next express train.
Quý vị nào muốn đi gấp đến nhà ga A, vui lòng sử dụng tàu tốc hành tiếp theo.

➕ 特急 limited express / tàu tốc hành đặc biệt ・ 快速 rapid-service / tàu tốc hành đặc biệt
　　とっきゅう　　　　　　　　　　　　　　　　　　　　かいそく

420 始発
しはつ

名 **first train**
chạy đầu tiên, ga đầu

① この駅の始発電車は、5時半ごろだ。
えき　しはつでんしゃ　じはん
② ここは中央線の始発駅だ。
ちゅうおうせん　しはつえき

① The first train at this station leaves around 5:30.
② This is the first station on the Chuo Line.
① Chuyến tàu chạy đầu tiên của ga này là khoảng 5 giờ rưỡi.
② Đây là ga xuất phát đầu tiên của tuyến Chuo.

👉 ① the earliest train or bus of the day; ② the starting station for trains or buses
① Chuyến tàu điện hoặc chuyến xe buýt chạy giờ sớm nhất trong ngày đó. ② Điểm khởi đầu mà tàu điện hoặc xe buýt xuất phát.

421 終電
しゅうでん

名 **last train**
chuyến tàu cuối cùng

12時半の終電に間に合わない。
じゅうにじはん　しゅうでん　ま　あ

I'm not going to make it in time for the last train at 12:30.
Không kịp chuyến tàu cuối cùng lúc 12 rưỡi.

422 終点
しゅうてん

名 **last stop, final**
destination
ga cuối

終電で寝てしまって、終点まで行った。
しゅうでん　ね　しゅうてん　い

I fell asleep on the last train and went all the way to the last stop.
Tôi đã ngủ quên mất trên chuyến tàu cuối cùng và đi đến tận ga cuối.

423 上り
のぼ

名 **up, ascending, inbound**
lên thành phố, đi ga đầu

もうすぐ上り電車が来る。
のぼ　でんしゃ　く

The inbound train will be arriving soon.
Tàu lên thành phố sắp sửa đến.

➕ 上る to climb, to go up / lên
のぼ

424 下り
くだ

名 **down, descending,**
outbound
đi địa phương, đi ga cuối

下りの電車に乗って、山へ行く。
くだ　でんしゃ　の　やま　い

I'm going to get on the outbound train and go to the mountains.
Tôi ngồi tàu đi địa phương để đến núi.

➕ 下る to descend, to go down / xuống
くだ

425 JR
シェイアール

名 **JR (Japan Railways)**
JR (Công ty đường sắt
Nhật Bản)

私はJRを、よく利用する。
わたし　シェイアール　りよう

I often use the JR lines.
Tôi hay sử dụng JR.

426 私鉄
してつ

名 **private railway**
tuyến đường sắt tư nhân

この近くに私鉄の駅はない。
ちか　　　してつ　　えき

There are no private railway stations near here.
Ở gần đây không có ga tuyến đường sắt tư nhân.

---

427 経由 〈する〉
けい ゆ

名 **through, by way of**
sự đi qua, quá cảnh

今日は東京駅を経由して、家に帰る。
きょう　とうきょうえき　けい ゆ　　　いえ　かえ

Today, I'll go home via Tokyo Station.
Hôm nay tôi đi qua ga Tokyo để về nhà.

---

428 定期券
てい き けん

名 **commuter pass**
vé tháng

定期券は割引があるので、得だ。
てい き けん　わりびき　　　　　とく

Commuter passes are a bargain because they get discounts.
Vé tháng có giảm giá nên lợi.

---

429 有効期限
ゆうこう き げん

名 **expiration date**
thời hạn, thời hạn có
hiệu lực

カードの有効期限は、来月までだ。
　　　ゆうこう き げん　らいげつ

My card's expiration date is next month.
Thời hạn của thẻ này đến tháng sau.

---

430 窓口
まどぐち

名 **ticket window, teller**
quầy giao dịch

駅の窓口で、旅行の予約ができる。
えき　まどぐち　　りょこう　よやく

You can make reservations for your trip at the ticket
window in the station.
Có thể đặt tour du lịch tại quầy giao dịch nhà ga.

---

431 販売 〈する〉
はんばい

名 **sales, selling**
sự bán

窓口で、記念切符を販売している。
まどぐち　き ねんきっぷ　はんばい

They're selling commemorative tickets at the ticket window.
Tại quầy giao dịch có bán vé kỷ niệm.

➕ あつかう to deal with / bán, có bán・自動販売機 vending machine /
じ どうはんばい き
máy bán hàng tự động

---

432 通路側
つう ろ がわ

名 **aisle side**
phía lối đi

新幹線では通路側に座る。
しんかんせん　つう ろ がわ　すわ

I sit on the aisle side on the Shinkansen.
Trong tàu Shinkansen tôi ngồi phía lối đi.

➕ 通路 aisle / lối đi・窓側 window side / phía cửa sổ
つう ろ　　　　　　　　　まどがわ

433 改札
かいさつ

名 **ticket gate**
soát vé, cửa soát vé

改札を出たところで待ち合わせた。
かいさつ　で　　　　　ま　あ

We met right outside of the ticket gate.
Đã hẹn gặp nhau tại chỗ ra từ cửa soát vé.

➕ 改札口 ticket gate entrance / cửa soát vé・自動改札 automatic ticket gate / soát vé tự động
かいさつぐち　　　　　　　　　　　　　　　　じどうかいさつ

434 指定席
していせき

名 **reserved seats**
ghế chỉ định

旅行の前に、指定席を予約した。
りょこう　まえ　　していせき　よやく

Before my trip, I reserved a seat in the disignated seating area.
Trước khi đi du lịch, tôi đã đặt sẵn ghế chỉ định.

➕ 指定〈する〉 designate, reserve / sự chỉ định・自由席 free seating, open seating / ghế tự do
してい　　　　　　　　　　　　　　　　じゆうせき

435 車内アナウンス
しゃない

名 **onboard announcement**
phát thanh trên tàu

車内アナウンスで、携帯電話のルールを
しゃない　　　　　　けいたいでんわ
説明している。
せつめい

The onboard announcement is explaining the rules for cell phones.
Phát thanh trên tàu đang giải thích về quy định sử dụng điện thoại di động.

436 車掌
しゃしょう

名 **train conductor**
nhân viên trên tàu, xe; lơ

新幹線の車掌の制服は、かっこいい。
しんかんせん　しゃしょう　せいふく

The uniforms of the Shinkansen conductors are cool.
Đồng phục của nhân viên trên tàu Shinkansen trông đẹp.

437 ホーム

名 **platform**
sảnh chờ tàu, sân ga

ホームに、たくさんの人が並んでいる。
ひと　なら

There are many people lined up on the platform.
Nhiều người đang xếp hàng trên sảnh chờ tàu.

🟰 プラットホーム

438 線路
せんろ

名 **railway tracks**
đường tàu

線路には、ぜったいに降りないでください。
せんろ　　　　　　　　　お

Never get onto the railway tracks, please.
Tuyệt đối không được xuống đường tàu!

439 踏切
ふみきり

名 railway crossing
chỗ đường tàu cắt
ngang, chỗ đường sắt
cắt đường bộ

あの踏切は10分くらい開かないことがある。
ふみきり　じゅっぷん　あ

That railway crossing sometimes doesn't open for 10 minutes or so.
Chỗ đường tàu cắt ngang đấy có khi khoảng 10 phút vẫn chưa mở.

440 乗り遅れる
の　おく

動 to miss (a train or bus)
trễ tàu xe

道が込んで、新幹線に乗り遅れた。
みち　こ　しんかんせん　の　おく

The road was crowded, so I missed my Shinkansen.
Đường đông nên tôi đã trễ tàu shinkansen.

441 乗り換える
の　か

動 to transfer
chuyển tàu xe

次の駅で、地下鉄に乗り換える。
つぎ　えき　ちかてつ　の　か

I'm going to transfer to the subway at the next station.
Sẽ chuyển sang tàu điện ngầm ở ga tiếp theo.

442 乗り越す
の　こ

動 to pass, to ride past
đi quá (số tiền)

乗り越したら、改札でお金を払う。
の　こ　かいさつ　かね　はら

If you pass your stop, pay at the ticket gate.
Nếu đi quá thì trả tiền ở cửa soát vé.

➕ 乗り越し料金 excess fare / tiền đi quá
の　こ　りょうきん

443 乗り過ごす
の　す

動 to ride past, to miss one's stop
đi quá

電車で寝てしまって、乗り過ごした。
でんしゃ　ね　の　す

I fell asleep on the train and missed my stop.
Ngủ quên mất trên tàu nên đã đi quá.

444 踏む
ふ

動 to step on, to stomp
giẫm

電車の中で、となりの人の足を踏んでしまった。
でんしゃ　なか　ひと　あし　ふ

On the train, I accidentaly stepped on the foot of the person next to me.
Tôi lỡ giẫm vào chân người bên cạnh trong tàu điện.

バス

Bus / Xe buýt

445

バス停
てい

名 **bus stop**
bến đỗ xe buýt

私のアパートの近くに、バス停がある。
わたし　　　　　　ちか　　　　　てい

There is a bus stop near my apartment building.
Gần khu tập thể của tôi có bến đỗ xe buýt.

≡ 停留所・バス乗り場
ていりゅうじょ　　　の　ば

446

乗車口
じょうしゃぐち

名 **entrance door**
cửa lên xe

乗車口でバス代を払ってください。
じょうしゃぐち　　　だい　はら

Please pay the bus fare at the entrance door.
Hãy trả tiền xe buýt ở cửa lên xe.

⬌ 降車口
こうしゃぐち

447

乗客
じょうきゃく

名 **passenger**
hành khách

昼間の乗客は、高齢者が多い。
ひる ま　じょうきゃく　　こうれいしゃ　おお

There are many elderly passengers during the day.
Hành khách ban ngày có nhiều người già.

448

乗車〈する〉
じょうしゃ

名 **to ride**
đi tàu, đi xe

この切符は、一日に何回も乗車できる。
きっ ぷ　いちにち　なんかい　じょうしゃ

You can use this ticket to ride as many times as you like in one day.
Vé này có thể đi tàu một ngày mấy lần cũng được.

449

発車〈する〉
はっしゃ

名 **departing**
sự xuất phát

このバスは10時に発車する。
じ　はっしゃ

This bus departs at 10:00.
Xe buýt này xuất phát lúc 10 giờ.

450

通過〈する〉
つう か

名 **passing, passing through**
sự đi qua

もうすぐ市役所の前を通過する。
しやくしょ　まえ　つう か

We will be passing in front of the city hall soon.
Sắp sửa đi qua trước cửa tòa thị chính.

451 停車〈する〉
ていしゃ

名 stopping
sự dừng xe

駅前で停車すると、たくさんの人が乗ってきた。
えきまえ　ていしゃ　　　　　　　　　　ひと　の

When we stopped in front of the station, a lot of people got on board.
Khi dừng xe trước ga, nhiều người lên xe.

452 下車〈する〉
げしゃ

名 getting off
sự xuống xe

たくさんの人が途中で下車した。
ひと　とちゅう　げしゃ

Many people got off along the way.
Nhiều người xuống xe giữa chừng.

➕ (乗り物を/から) 降りる to get off (of a ride) / xuống tàu xe・
の　もの　　　　　お

途中下車〈する〉 getting off in the middle / sự xuống tàu/xe giữa chừng
とちゅうげしゃ

453 交通費
こうつうひ

名 traveling expenses
tiền đi lại

日本は交通費が、とても高い。
にほん　こうつうひ　　　　　　たか

Traveling expenses are very high in Japan.
Tiền đi lại ở Nhật Bản rất đắt.

454 バス代
だい

名 bus fare
tiền xe buýt

今年、バス代が高くなった。
ことし　　だい　たか

This year, bus fare got more expensive.
Năm nay, tiền xe buýt đã tăng.

455 払い戻す
はら　もど

動 to repay, to pay back
trả lại, lấy lại

一度払ったバス代は、払い戻せません。
いちどはら　　　だい　　はら　もど

You cannot get your bus fare back once you've paid it.
Tiền xe buýt một khi đã trả rồi thì không lấy lại được.

➕ 払い戻し paying back / (sự) trả lại, lấy lại
はら　もど

456 定員
ていいん

名 capacity
số người chở tối đa

このバスの定員は４５人だ。
ていいん　よんじゅうにん

The capacity of this bus is 45 people.
Số người chở tối đa của xe buýt này là 45 người.

457 つめる

動 to move closer together
dồn

込んでいるときは、席をつめてお座りください。
こ　　　　　　　せき　　　　　すわ

When crowded, please move over so more people can sit.
Khi đông hãy ngồi dồn chỗ!

458 がらがらな

ナ形 empty, bare
vắng tanh

この時間のバスはがらがらだ。
じかん

The bus is empty at this time.
Xe buýt giờ này vắng tanh.

459 □

すく

動 to become empty
trống

駅前で人が降りたので、バスがすいた。
えきまえ　ひと　お

People got off in front of the station, so the bus became empty.

Trước ga mọi người xuống nên xe buýt trống không.

---

460 □

満員
まんいん

名 full to capacity, no vacancy
đầy chỗ, hết chỗ, chật

雨の日の朝は、満員になることが多い。
あめ　ひ　あさ　　まんいん　　　　　　おお

On days when it's raining, it often gets fully packed in the morning.

Nhiều hôm buổi sáng trời mưa là hết chỗ.

➕ 満席 full seating / đầy chỗ, hết chỗ
まんせき

---

461 □

ぎっしり［と］

副 densely packed
chật ních

バスに人がぎっしり乗っている。
ひと　　　　　　の

The bus was full of people.

Người ngồi chật ních trong xe buýt.

➕ びっしり［と］ closely packed / chật ních

---

462 □

時刻
じこく

名 time schedule
giờ

日本のバスは、時刻の通りに走る。
にほん　　　　　じこく　とお　はし

The buses in Japan run on time.

Xe buýt này chạy đúng giờ.

➕ 時刻表 time chart / bảng giờ
じこくひょう

---

463 □

優先席
ゆうせんせき

名 priority seating
ghế ưu tiên

優先席に若い男性が座っている。
ゆうせんせき　わか　だんせい　すわ

There is a young man sitting in the priority seating.

Người đàn ông trẻ đang ngồi vào ghế ưu tiên.

---

464 □

立ち上がる
た　あ

動 to stand up
đứng dậy

お年寄りが乗ってきたので、すぐに立ち上がった。
としよ　　の　　　　　　　　　　た　あ

An elderly person got on board, and he immediately stood up.

Một người già bước lên xe nên tôi đã đứng ngay dậy.

---

465 □

ゆずる

動 to give up (one's seat)
nhường

お年寄りに席をゆずった。
としよ　　せき

He gave his seat to the elderly person.

Tôi nhường ghế cho người già.

365・496

466

かかる

動 **to take, to use up**
tốn

電車よりバスのほうが、時間がかかる。
でんしゃ　　　　　　　　　　　　じかん

The bus takes longer than the train.
Xe buýt tốn thời gian hơn tàu điện.

467

ブレーキ

名 **brake**
phanh

急なブレーキで、バスが止まった。
きゅう　　　　　　　　　　　　と

The bus braked suddenly.
Xe buýt phanh dừng gấp.

✚ 急ブレーキ emergency brake / phanh gấp
きゅう

運転する
うんてん

Driving / Lái xe

468

ドライブ〈する〉

名 **going for a drive**
sự lái xe dạo chơi

私の趣味はドライブです。
わたし　　しゅみ

My hobby is going out for a drive.
Sở thích của tôi là lái xe.

469

乗せる
の

動 **to let someone get on, to give a ride**
chở

友だちや彼女を乗せて、よくドライブする。
とも　　　かのじょ　　の

I often go driving with my friends or girlfriend.
Tôi hay lái xe chở bạn bè hay người yêu đi chơi.

　　　　　　　　　　　　　　　　　↔ 降ろす
　　　　　　　　　　　　　　　　　　お

470

助手席
じょしゅせき

名 **passenger seat**
ghế phụ

彼女が助手席に座ると、どきどきする。
かのじょ　じょしゅせき　すわ

I get excited when she sits in the passenger seat.
Cô ấy ngồi ở ghế phụ là tôi cảm thấy hồi hộp.

　　　　　　　　　　　　＋ 運転席 driver's seat / ghế lái
　　　　　　　　　　　　　　うんてんせき

471

シートベルト

名 **seat belt**
dây an toàn

シートベルトをするのを、忘れないでください。
　　　　　　　　　　　　　　わす

Please don't forget to wear your seat belt.
Đừng quên thắt dây an toàn!

472

カーナビ

名 **car GPS**
thiết bị chỉ đường ô tô

カーナビがあれば、どこへでも行ける。
　　　　　　　　　　　　　　い

If you have GPS in your car, you can go anywhere.
Nếu có thiết bị chỉ đường ô tô thì đâu cũng đi được.

473

道路
どうろ

名 **road, street**
đường, đường bộ

今日は道路が、いつもよりすいている。
きょう　どうろ

The road is less crowded than usual.
Hôm nay đường vắng hơn mọi khi.

474

渋滞〈する〉
じゅうたい

名 **congestion, traffic**
sự kẹt xe, tắc đường

連休中、この道路はかなり渋滞する。
れんきゅうちゅう　　どうろ　　　　　じゅうたい

During the consecutive holidays, this road gets pretty crowded.
Vào ngày nghỉ dài, đường này kẹt xe khá nặng.

475

速度
そくど

名 speed
tốc độ

速度を守って走ろう。
そくど まも はし

Please obey the speed limit.
Hãy chạy đúng tốc độ!

= スピード

476

高速道路
こうそくどうろ

名 highway, expressway
đường cao tốc

高速道路は、あまり利用したことがない。
こうそくどうろ りよう

I've never really used the highway.
Tôi không hay sử dụng đường cao tốc lắm.

477

安全 〈な〉
あんぜん

名 safe, secure, safety
ナ形 sự an toàn (an toàn)

安全な場所に車を止めた。（ナ形）
あんぜん ばしょ くるま と

I parked my car in a safe place.
Tôi dừng xe ở địa điểm an toàn.

➕ 安全運転 safe driving / lái xe an toàn
あんぜんうんてん

478

列
れつ

名 line
hàng

ひどい渋滞で、車の長い列ができている。
じゅうたい くるま なが れつ

It's really crowded, so there is a long line of cars.
Đường tắc nặng, xe nối thành hàng dài.

479

割り込む
わ こ

動 to cut in, to wedge into
chen

後ろの車が、私の前に割り込んできた。
うし くるま わたし まえ わ こ

The car behind me cut in front of me.
Xe đằng sau chen lên trước tôi.

➕ 割り込み cutting in / (sự) chen
わ こ

480

駐車違反
ちゅうしゃいはん

名 illegal parking, parking violation
vi phạm quy định đỗ xe

駐車違反をしたら、お金を払わなければならない。
ちゅうしゃいはん かね はら

If you make any parking violations, you'll have to pay a fee.
Nếu vi phạm quy định đỗ xe sẽ phải trả tiền.

481

スピード違反
いはん

名 speeding, illegal speeding
vi phạm tốc độ

スピード違反をしたことがない。
いはん

I've never gotten a speeding ticket.
Tôi chưa từng vi phạm tốc độ.

482 飲酒運転
いんしゅうんてん

名 drunk driving
すự lái xe khi đã uống
rượu (bia)

飲酒運転をしてはいけません。
いんしゅうんてん

Don't drink and drive.
Không được lái xe khi đã uống rượu (bia).

➕ 飲酒 〈する〉 drinking alcohol / sự uống rượu
いんしゅ

483 アクセル

名 accelerator, gas (pedal)
chân ga

アクセルを踏んで、スピードを上げた。
ふ　　　　　　　　　あ

I stepped on the gas and increased the speed.
Tôi đạp ga tăng tốc.

484 カーブ

名 curve
đoạn đường cong

ここから長いカーブの道が続く。
なが　　　　　　みち　つづ

From here, the road gets very curvy for a while.
Từ đây trở đi sẽ là đoạn đường cong kéo dài liên tiếp.

485 ゆるい

イ形 loose
lỏng, mềm mại

①シートベルトがゆるいと、危険だ。
きけん
②ゆるいカーブの道を走る。
みち　はし

① It's dangerous if your seat belt is too loose.
② Go along a gently curved road.
① Dây an toàn mà lỏng lẻo thì nguy hiểm.
② Chạy trên đoạn đường có khúc cong mềm mại.

👉 ① not tight ② not having sharp inclines or slopes
① Không khít ② độ nghiêng không gấp

486 パンク 〈する〉

名 puncture, flat tire
nổ lốp, thủng lốp

彼の車は、何かを踏んでパンクした。
かれ　くるま　なに　　ふ

His car ran over something and got a flat tire.
Xe của anh ta đè lên cái gì đó bị nổ lốp.

➕ タイヤ tire / lốp xe

487 一方通行
いっぽうつうこう

名 one-way traffic
đường một chiều

この道が一方通行だと知らなかった。
みち　いっぽうつうこう　し

I didn't know that this road is a one-way street.
Tôi không hề biết đây là đường một chiều.

488 通行止め
つうこうど

名 dead end
cấm đường

ここから先は通行止めです。
さき　つうこうど

From here, the road is a dead end.
Từ chỗ này trở đi bị cấm đường.

489 運転免許証
うんてんめんきょしょう

名 driver's license
bằng lái xe

運転免許証は常に持っていなければならない。
うんてんめんきょしょう　つね　も

You must carry your driver's license at all times.
Phải luôn mang theo bằng lái xe.

490 ぶつかる

動 to collide with, bump into
bị đâm, bị va

交差点で、車と自転車がぶつかった。
こうさてん　くるま　じてんしゃ

A car and a bike collided at the intersection.
Xe ô tô và xe đạp đâm nhau ở ngã tư.

✚ （〜を）ぶつける to collide with, to hit / đâm vào

491 ひく

動 to hit, to run over
cán

車の前に犬がいたので、ひかないように注意した。
くるま　まえ　いぬ　　　　　　　　　　　ちゅうい

There was a dog in front of my car, so I made sure not to hit it.
Có một con chó ở trước ô tô nên tôi đã chú ý để không cán phải.

492 ハンドル

名 steering wheel
tay lái, vô lăng

初めてハンドルをにぎったときは、緊張した。
はじ　　　　　　　　　　　　　　　　きんちょう

I was nervous the first time I gripped a steering wheel.
Tôi căng thẳng khi lần đầu tiên điều khiển tay lái.

493 トランク

名 trunk
thùng xe

車のトランクに、ゴルフの道具が入っている。
くるま　　　　　　　　　　どうぐ　はい

There is golf equipment in the car trunk.
Trong thùng xe ô tô có dụng cụ chơi gôn.

494 エンジン

名 engine
động cơ

この車のエンジンの音は、ちょっとおかしい。
くるま　　　　　　おと

The sound of this car's engine is a little strange.
Tiếng động cơ xe này hơi lạ.

495 中古車
ちゅうこしゃ

名 used car
xe ô tô cũ

いろいろ考えて、中古車を買うことにした。
かんが　　　ちゅうこしゃ　か

After considering a lot of options, I decided to buy a used car.
Nghĩ đi nghĩ lại, tôi đã quyết định mua xe ô tô cũ.

↔ 新車
しんしゃ

496 トラック

名 truck
xe tải

トラックが、私の車を追い越していった。
わたし　くるま　お　こ

A truck passed my car.
Chiếc xe tải đã vượt xe tôi.

勉強しよう！
べんきょう

Let's Study!
Học nào!

学校
がっこう

School / Trường học

497
☐

入学式
にゅうがくしき

名 school entrance ceremony
lễ nhập học

入学式のころ、さくらが咲く。
にゅうがくしき　　　　　　　　　さ

By the time of the school entrance ceremony, the cherry blossoms will come into bloom.

Hoa anh đào nở vào khoảng thời gian lễ nhập học.

➕ (〜に)入学する・(学校に)入る to enter a school / vào học
　　にゅうがく　　　　がっこう　はい

498
☐

卒業式
そつぎょうしき

名 graduation ceremony
lễ tốt nghiệp

卒業式の日、大きな声で泣いた。
そつぎょうしき　ひ　おお　　こえ　な

On the day of the graduation ceremony, I cried in a loud voice.

Tôi đã khóc to trong ngày lễ tốt nghiệp.

➕ (〜を)卒業する・(学校を)出る to graduate / tốt nghiệp
　　そつぎょう　　　　がっこう　で

499
☐

通学 〈する〉
つうがく

名 commuting to school
sự đi học

私はバスと電車で通学しています。
わたし　　　　でんしゃ　つうがく

I commute to school by bus and train.

Tôi đi học bằng xe buýt và tàu điện.

500
☐

学年
がくねん

名 school year, grade
năm học

日本の小学校は6学年、中学校は3学年だ。
にほん　しょうがっこう　　がくねん　ちゅうがっこう　　がくねん

Japanese elementary schools have six grades, and middle schools have three grades.

Trường tiểu học của Nhật có 6 năm học, trường cấp hai có 3 năm.

501
☐

学期
がっき

名 school term, semester
học kỳ

夏休みが終わって、新しい学期が始まる。
なつやす　お　　　あたら　　がっき　はじ

Summer vacation has ended, and a new school term will begin.

Kỳ nghỉ hè kết thúc, học kỳ mới bắt đầu.

502
☐

欠席 〈する〉
けっせき

名 to be absent
vắng mặt, nghỉ

授業を欠席するときは、学校に連絡してください。
じゅぎょう　けっせき　　　　　がっこう　れんらく

Please contact the school when you will be absent from class.

Khi nghỉ học hãy thông báo cho nhà trường biết!

⟷ 出席 〈する〉
しゅっせき

503

遅れる
おく

動 **to be late**
đến trễ, đến muộn

朝の電車が３０分も遅れた。
あさ でんしゃ さんじゅっぷん おく

The morning train was 30 minutes late.
Tàu điện buổi sáng đến trễ những 30 phút.

504

遅刻 〈する〉
ち こく

名 **tardiness, being late**
sự đi trễ, đi muộn

電車が遅れて、学校に遅刻してしまった。
でんしゃ おく がっこう ち こく

The train was delayed, so I was late for school.
Tàu điện trễ làm tôi đi học muộn.

505

サボる

動 **to skip, to cut (class)**
trốn học, trốn việc

二日も授業をサボって、先生にしかられた。
ふつ か じゅぎょう せんせい

I skipped class two days in a row and was scolded by the teacher.
Tôi trốn học những hai ngày liền nên bị thầy (cô) giáo mắng.

506

集中 〈する〉
しゅうちゅう

名 **focus**
sự tập trung

授業のとき、なかなか集中できなくて困った。
じゅぎょう しゅうちゅう こま

During class, I had trouble because I couldn't focus.
Trong giờ học tôi khổ sở vì không thể nào tập trung được.

507

うとうと[と]〈する〉

副 **dozing**
ngủ gà gật, lơ mơ ngủ

教室が暖かいと、うとうとしてしまう。
きょうしつ あたた

When the classroom is warm, I sometimes nod off.
Phòng học ấm là tôi lơ mơ ngủ.

508

居眠り 〈する〉
い ねむ

名 **nodding off, dozing**
sự ngủ gật

居眠りしていて、先生に注意された。
い ねむ せんせい ちゅうい

I was dozing and the teacher gave me a warning.
Tôi ngủ gật trong lớp nên bị thầy (cô) giáo nhắc nhở.

509

寝不足 〈な〉
ね ぶ そく

名
ナ形
sleep deprivation, not enough sleep
sự thiếu ngủ (thiếu ngủ)

最近、寝不足が続いている。(名)
さいきん ね ぶ そく つづ
最近ずっと寝不足で、授業中に眠くなる。(ナ形)
さいきん ね ぶ そく じゅぎょうちゅう ねむ

Lately, I continue to not get enough sleep.
Lately, I have been getting sleepy during class because I haven't been getting enough sleep.
Gần đây tình trạng thiếu ngủ bị kéo dài.
Gần đây tôi bị thiếu ngủ suốt nên trong giờ học cứ buồn ngủ.

510 期間
き かん

名 **period (of time)**
thời gian, thời kỳ

テスト期間なので、毎日遅くまで勉強している。
き かん　　　　まいにちおそ　　　　　　べんきょう

It's exam time, so I've been staying up late studying every day.

Vì là thời gian thi nên hàng ngày tôi học đến tận giờ muộn.

511 期限
き げん

名 **time frame, deadline**
thời hạn

宿題の期限は、明日までだ。
しゅくだい　き げん　　あ した

The deadline for the homework is tomorrow.

Thời hạn trả bài tập đến ngày mai.

512 時間割
じ かんわり

名 **timetable**
thời gian biểu

先生から、新しい時間割をもらった。
せんせい　　あたら　　じ かんわり

I got a new timetable from the teacher.

Tôi nhận được thời gian biểu mới từ thầy (cô) giáo.

513 項目
こうもく

名 **item, entry**
mục, khoản

資料を、項目に分けて整理する。
し りょう　　こうもく　わ　　せいり

Organize the material according to item.

Phân chia tài liệu theo mục để sắp xếp.

514 座席
ざ せき

名 **seat**
chỗ ngồi

クラスの座席は、1か月に1度変える。
ざ せき　　　いっ げつ　　ど か

We change seats once a month in class.

Chỗ ngồi trong lớp một tháng lại thay đổi một lần.

515 締め切り
し　き

名 **deadline**
hạn chót

試験の申し込みは、金曜日が締め切りだ。
し けん　もう　こ　　　きんようび　　し　き

The deadline for the test applications is Friday.

Hạn chót đăng ký dự thi là ngày thứ sáu.

➕ 締め切る to set a deadline / thôi tiếp nhận, kết thúc
し　き

516 開く
ひら

動 **to open**
mở

教科書の123ページを開いてください。
きょう か しょ　ひゃくにじゅうさん　　　ひら

Please open your textbook to page 123.

Hãy mở trang 123 sách giáo khoa!

↔ 閉じる
と

517 一応
いちおう

副 **more or less, pretty much**
tạm thời, trước mắt, lại một lần

答えを書いたら、一応確認しよう。
こた　か　　　　いちおうかくにん

Make sure to check again once you write the answer.

Khi viết câu trả lời, hãy kiểm tra lại một lần!

518 きちんと〈する〉

宿題は、毎日きちんと出してください。
しゅくだい　　まいにち　　　　　だ

副 precisely, accurately, properly
sự cẩn thận, nghiêm chỉnh

Please be sure to submit your homework properly every day.
Hàng ngày, hãy nộp bài tập về nhà thật nghiêm chỉnh!

519 きっかけ

先生との出会いがきっかけで、勉強が好きになった。
せんせい　　であ　　　　　　　　　べんきょう　す

名 opportunity, motive
nguyên cớ, động cơ, nhờ

Meeting my teacher motivated me to like studying.
Nhờ gặp thầy (cô) mà tôi trở nên thích học.

520 かしこい

あの子はかしこくて、親の手伝いもよくする。
こ　　　　　　　　　おや　てつだ

イ形 clever, smart
thông minh, khôn ngoan

That child is smart and always helps her parents.
Đứa trẻ ấy thông minh, cũng hay giúp đỡ bố mẹ.

521 貸し出し
か　だ

図書館の本の貸し出しは、1回5冊までです。
としょかん　ほん　　か　だ　　　　いっかい　さつ

名 renting
(sự) cho mượn

Borrowing books at the library is limited to five books per visit.
Thư viện cho mượn sách tối đa mỗi lần 5 quyển.

➕ 貸し出す to lend, to rent / cho mượn
か　だ

522 返却〈する〉
へんきゃく

この本は、2週間以内に返却してください。
ほん　　　しゅうかんいない　へんきゃく

名 returning
sự trả lại

Please return this book within two weeks.
Nội trong hai tuần hãy trả cuốn sách này!

523 名札
な　ふだ

中学校までは、学校で名札をつけていた。
ちゅうがっこう　　　　がっこう　なふだ

名 name plate, name tag
thẻ tên, bảng tên

We used name tags in school up until middle school.
Tôi đeo bảng tên ở trường cho đến năm cấp hai.

524 給食
きゅうしょく

子どものころ、給食がとても楽しみだった。
こ　　　　　　きゅうしょく　　　　たの

名 lunch service
bữa ăn trưa ở trường

When I was a child, I really looked forward to school lunch.
Thời bé, tôi rất thích thú chờ đợi bữa ăn trưa ở trường.

525 体育
たいいく

勉強はできなかったが、体育は得意だった。
べんきょう　　　　　　たいいく　とくい

名 physical education, P.E.
môn thể dục

Although I was no good at studying, I was good at P.E.
Tôi học không được nhưng môn thể dục thì giỏi.

➕ 体育館 gymnasium / phòng học thể dục, nhà thi đấu thể thao
たいいくかん

497 · 629

勉強
べんきょう

Studies / Học tập

---

526 □
単語
たんご

名 vocabulary, word
từ

単語を、たくさん覚えよう。
たんご　　　　　　　　おぼ

Let's learn a lot of vocabulary.
Hãy nhớ nhiều từ vựng vào!

---

527 □
アクセント

名 accent
từ vựng

アクセントに注意して、発音しよう。
　　　　　　ちゅうい　　　はつおん

Be careful of the accents when pronouncing words.
Hãy chú ý đến trọng âm khi phát âm!

---

528 □
暗記 〈する〉
あんき

名 memorize
sự học thuộc lòng

この文を暗記するのに、1時間もかかった。
　　ぶん　あんき　　　　　　じかん

It took an hour to memorize this sentence.
Để thuộc lòng bài văn này mất những 1 tiếng đồng hồ.

---

529 □
記憶 〈する〉
きおく

名 memory
sự ghi nhớ

小学校のとき、この本を読んだ記憶がある。
しょうがっこう　　　　　ほん　よ　　きおく

I remember reading this book, when I was in elementary school.
Tôi còn nhớ mình đã đọc cuốn sách này hồi học tiểu học.

➕ 記憶力 ability to memorize / khả năng nhớ, trí nhớ
　　きおくりょく

---

530 □
くり返す
かえ

動 to repeat
nhắc lại

日本語の文を、何回もくり返して読む。
にほんご　ぶん　なんかい　　かえ　　よ

I read the Japanese sentences over and over again.
Tôi đọc đi đọc lại nhiều lần câu tiếng Nhật.

🟰 リピートする

---

531 □
聞き取る
きと

動 to hear, to catch
nghe

単語を聞き取って、書いてください。
たんご　きと　　　　か

Please listen to the vocabulary words and write them down.
Hãy nghe và viết từ vựng!

➕ 聞き取り hearing, catching what was said / (sự) nghe
　　きと

532 ☐	聞き返す き　かえ	先生の話がよく聞き取れなかったので、 せんせい　はなし　　　　　き　と 聞き返した。 き　かえ
動	**to ask again** hỏi lại	I couldn't hear what the teacher said, so I asked again. Vì không nghe rõ cô giáo nói nên tôi đã hỏi lại.
533 ☐	聞き直す き　なお	発音を確認するために、もう一度CDを はつおん　かくにん　　　　　　　　　いちど　シーディー 聞き直した。 き　なお
動	**to listen again** nghe lại	In order to confirm the pronunciation, I listened to the CD once more. Tôi đã nghe CD lại một lần nữa để kiểm tra lại phát âm.
534 ☐	言い直す い　なお	発音を間違えたので、言い直した。 はつおん　まちが　　　　　　　い　なお
動	**to restate** nói lại	I got the pronunciation wrong, so I said it again. Vì phát âm nhầm nên tôi đã nói lại.
535 ☐	英会話 えいかいわ	英会話を習っているが、なかなかうまくならない。 えいかいわ　なら
名	**English conversation** hội thoại tiếng Anh	I'm learning English conversation, but I'm not getting any good at it. Tôi học hội thoại tiếng Anh nhưng mãi không thành thạo.
536 ☐	入門 にゅうもん	フランス語の入門クラスで勉強しています。 ご　　にゅうもん　　　　べんきょう
名	**entering, beginning** nhập môn	I'm studying in a beginners' French class. Tôi đang học lớp nhập môn tiếng Pháp.
537 ☐	下書き〈する〉 した が	作文は、まず下書きをしたほうがいい。 さくぶん　　　　した が
名	**rough copy, draft** sự viết nháp	When writing an essay you should first write a draft. Đầu tiên nên viết nháp bài văn thì tốt hơn.
538 ☐	清書〈する〉 せいしょ	清書はていねいに、きれいに書きましょう。 せいしょ　　　　　　　　　か
名	**clean copy** sự viết chính thức	Please write your final copy neatly and clearly. Khi viết chính thức thì chúng ta hãy viết cẩn thận và đẹp!

497 · 629

539
表れる
あらわ

動　to be expressed, to become apparent
　　thể hiện

書いた文字には、その人の気持ちが表れる。
か　　もじ　　　　　　　ひと　きも　　　　あらわ

The characters that one writes expresses the feelings of the writer.
Chữ viết thể hiện tâm trạng của người đó.

➕ (〜を) 表す to express / thể hiện
　　　　　あらわ

540
物語
ものがたり

名　tale, story
　　truyện, truyện cổ tích

寝る前に、日本の物語を読む。
ね　まえ　　にほん　ものがたり　よ

I read Japanese stories before I go to bed.
Trước khi ngủ tôi đọc truyện cổ tích Nhật Bản.

541
教科
きょうか

名　subject
　　môn học

私の好きな教科は、数学です。
わたし　す　　　きょうか　　すうがく

My favorite subject is math.
Môn học mà tôi thích là môn toán.

➕ 国語 Japanese language (school course) / môn quốc ngữ (tiếng Nhật)・理科 science /
こくご　　　　　　　　　　　　　　　　　　　　　　　　　　　　　　りか
môn khoa học, môn khoa học tự nhiên・算数 arithmetic, math / môn toán số
　　　　　　　　　　　　　　　　さんすう

542
科目
かもく

名　subject, class
　　môn học

水曜日は、好きな科目の授業を選べる。
すいようび　　す　　　かもく　じゅぎょう　えら

On Wednesday, we can pick what subject we like.
Thứ tư tôi chọn giờ có môn học yêu thích.

543
足し算
たざん

名　addition
　　phép cộng

大きな数字の足し算は間違えそうだ。
おお　　すうじ　　たざん　まちが

I think I might make a mistake adding big numbers.
Phép cộng số lớn có khả năng bị nhầm.

↔ 引き算 ➕ かけ算 multiplication / phép nhân・割り算 division / phép chia
ひ　ざん　　　ざん　　　　　　　　　　　　　　わ　ざん

544
イコール

名　equals
　　bằng

「＝」はイコールと読む。
よ

The sign "=" is read as "equal."
Dấu "=" đọc là bằng.

545
グラフ

名　graph
　　biểu đồ

次のグラフを見て、答えてください。
つぎ　　　　　　み　　こた

Please look at the next graph and answer.
Hãy nhìn biểu đồ và trả lời câu hỏi!

546
☐

三角形
さんかくけい

名 **triangle**
hình tam giác

紙を三角形に折る。
かみ　さんかくけい　お

Fold the paper into a triangle.
Xếp tờ giấy thành hình tam giác.

≡ 三角　➕ 四角 square / hình tứ giác
　さんかく　　しかく

547
☐

定規
じょうぎ

名 **ruler**
thước

箱の大きさを定規で測る。
はこ　おお　　　じょうぎ　はか

Measure the size of the box with a ruler.
Đo độ lớn của cái hộp bằng thước.

≡ ものさし

548
☐

センチ

名 **centimeter**
centimet (cm)

1メートルは、何センチですか。
　　　　　　なん

How many centimeters is one meter?
1m bằng bao nhiêu cm?

549
☐

自習〈する〉
じしゅう

名 **self study**
sự tự học

先生が来るまで、自習していてください。
せんせい　く　　　じしゅう

Please study on your own until the teacher gets here.
Hãy tự học cho đến khi thầy (cô) giáo đến!

550
☐

ローマ字
じ

名 **Roman characters**
chữ cái La-tinh

ここに、ローマ字で名前を書いてください。
　　　　　　　　　　なまえ　か

Please write your name here in Roman characters.
Hãy viết tên bằng chữ cái La-tinh vào đây!

551
☐

補講〈する〉
ほこう

名 **supplementary classes
or lectures**
học bù, học thêm

昨日欠席した人は、今日、補講があります。
きのうけっせき　ひと　きょう　ほこう

The people who were absent yesterday will have
supplementary lessons today.
Những ai vắng mặt ngày hôm qua hôm nay sẽ học bù.

➕ 補習 supplementary study / học bổ túc
　ほしゅう

552
☐

（えんぴつを）
けずる

動 **to sharpen (a pencil)**
gọt (bút chì)

息子は、ナイフでえんぴつをけずれない。
むすこ

My son can't sharpen a pencil with a knife.
Con trai tôi không thể gọt bút chì bằng dao.

Section 3

日本の大学
にほん だいがく

Japanese Universities / Trường đại học của Nhật Bản

553
☐

学部
がくぶ

名 **school department**
khoa

人気の学部に、定員の50倍の学生が集まった。
にんき がくぶ ていいん ごじゅうばい がくせい あつ

In one popular school department, 50 times the capacity of students gathered to join.

Những khoa được mọi người thích có số lượng sinh viên tập trung gấp 50 lần mức chỉ tiêu.

554
☐

文系
ぶんけい

名 **humanities, fine arts**
môn ngành xã hội

ほとんどの大学では、文系に女子が多い。
だいがく ぶんけい じょし おお

At most universities, there are many women in the humanities department.

Trong hầu hết các trường đại học môn ngành xã hội có nhiều nữ.

555
☐

理系
りけい

名 **sciences**
môn ngành tự nhiên

化学が好きなので、理系に進んだ。
かがく す りけい すす

I like chemistry, so I chose to join the science department.

Tôi thích môn hóa nên tôi đã theo học ngành tự nhiên.

556
☐

学科
がっか

名 **course of study**
bộ môn

私は外国語学部の日本語学科で勉強している。
わたし がいこくごがくぶ にほんご がっか べんきょう

I'm studying Japanese language in the foreign languages department.

Tôi đang học bộ môn tiếng Nhật của khoa ngoại ngữ.

➕ 心理学 psychology / môn tâm lý học・物理学 physics / môn vật lý・
しんりがく ぶつりがく
法学 (the study of) law / môn luật・言語学 linguistics / môn ngôn ngữ học
ほうがく げんごがく

557
☐

専攻〈する〉
せんこう

名 **major**
chuyên môn, chuyên
ngành

大学で何を専攻するか、よく考えて受験する。
だいがく なに せんこう かんが じゅけん

Think carefully about what you will major in before applying for the college entrance exam.

Tôi suy nghĩ kỹ xem mình theo học chuyên ngành gì ở đại học để thi vào.

---

558 前期
ぜん き

名 **first term**
học kỳ đầu

明日から前期の試験が始まる。
あした　　ぜん き　　し けん　　はじ

First term exams begin tomorrow.
Ngày mai bắt đầu thi học kỳ đầu.

↔ 後期
こう き

---

559 学費
がく ひ

名 **school tuition**
học phí

この大学の学費は、あまり高くない。
だいがく　　がく ひ　　　　　　　たか

Tuition at this university isn't that high.
Học phí của trường đại học này không cao lắm.

➕ 授業料 class tuition / tiền học
じゅぎょうりょう

👉 学費 is the fee that includes textbooks as well as class tuition fees.
" 学費 " là tiền học và những tiền đóng thêm khác như tiền giáo trình, v.v..

---

560 奨学金
しょうがくきん

名 **scholarship**
học bổng

今年から奨学金が、もらえることになった。
こ とし　　しょうがくきん

I'm going to get a scholarship starting this year.
Từ năm nay tôi bắt đầu được nhận học bổng.

---

561 公立
こう りつ

名 **public institution**
công lập

高校まで、公立の学校に通っていた。
こうこう　　　こう りつ　　がっこう　　かよ

Up until high school, I attended public school.
Tôi đi học trường công cho đến hết cấp ba.

➕ 国立 national institution / quốc lập・県立 prefectural institution / trường của tỉnh・
こくりつ　　　　　　　　　　　　　　　　　　けんりつ

市立 municipal institution / trường của thành phố
し りつ

---

562 私立
し りつ

名 **private institution**
tư lập, dân lập

東京には、有名な私立大学がたくさんある。
とうきょう　　ゆうめい　　し りつだいがく

There are many famous private universities in Tokyo.
Ở Tokyo có nhiều trường đại học tư lập nổi tiếng.

---

563 教授
きょうじゅ

名 **professor**
giáo sư

法学部の田中教授は、とても有名な人だ。
ほうがく ぶ　　た なかきょうじゅ　　　　　ゆうめい　　ひと

Professor Tanaka in the law department is a very famous person.
Giáo sư Tanaka khoa Luật là người rất nổi tiếng.

---

564 講義 〈する〉
こう ぎ

名 **lecture**
giờ giảng

鈴木教授の講義は、学生に大人気だ。
すず き きょうじゅ　　こう ぎ　　がくせい　　だいにん き

Professor Suzuki's lectures are very popular among students.
Giờ giảng của giáo sư Suzuki rất được sinh viên thích.

565
えらい
この大学には、えらい教授が多い。
だいがく　　　　　　きょうじゅ　おお

イ形 excellent, eminent
uy tín, tầm cỡ

This university has many eminent professors.
Trường đại học này có nhiều giáo sư uy tín.

566
ゼミ
どのゼミを選ぶか、まだ考えている。
えら　　　　　　かんが

名 seminar
nhóm nghiên cứu

I'm still thinking about which seminar to take.
Tôi vẫn đang suy nghĩ xem chọn nhóm nghiên cứu nào.

567
テーマ
論文のテーマを、来週までに決めなければ
ろんぶん　　　　　　らいしゅう　　き
いけない。

名 theme
chủ đề, đề tài

I have to choose the theme for my thesis by next week.
Cho đến tuần sau là phải quyết định đề tài luận văn.

568
手続き 〈する〉
て つづ
入学の手続きは、金曜日までにしなければならない。
にゅうがく　て つづ　　きんようび

名 procedure, process
thủ tục

You must complete the school admissions process by
Friday.
Đến hết thứ sáu phải làm xong thủ tục nhập học.

569
日付
ひ づけ
レポートに日付を書いてください。
ひ づけ　か

名 date
ngày tháng

Please write the date on the report.
Hãy ghi ngày tháng vào bản báo cáo.

570
筆者
ひっしゃ
この筆者の本は、私にはとても役に立つ。
ひっしゃ　ほん　わたし　　　　　やく　た

名 writer, author
tác giả

The books of this author are very helpful to me.
Sách của tác giả này rất có ích cho tôi.

571
内容
ないよう
レポートの内容はいいが、枚数が足りない。
ないよう　　　　　まいすう　た

名 content
nội dung

The content of the report is fine, but it's not long enough,
page-wise.
Nội dung báo cáo tốt nhưng không đủ số trang.

572
まとめる
考えをまとめて、発表してください。
かんが　　　　　　はっぴょう

動 summarize
tóm tắt

Please gather your ideas and present them.
Hãy tóm tắt suy nghĩ của mình và phát biểu!

➕ (〜が) まとまる to be summarized / ~ được tóm tắt

573 仕上げる
しあ

動 to finish up, to complete
làm xong, hoàn thành

卒業論文を1週間で仕上げた。
そつぎょうろんぶん いっしゅうかん しあ

I finished up my graduation thesis in one week.
Tôi hoàn thành luận văn tốt nghiệp trong một tuần.

➕ （〜が）仕上がる to be finished up, to be completed / xong, hoàn thành
しあ

574 提出〈する〉
ていしゅつ

名 submission
sự nộp, xuất trình

締め切りまでに、レポートを提出しなければ。
し き ていしゅつ

I have to submit the report by the deadline.
Cho đến hạn chót phải nộp báo cáo.

➕ （書類を）出す to submit (a document) / nộp (hồ sơ)
しょるい だ

575 進路
しんろ

名 route, course, university choices
lựa chọn trong tương lai

大学卒業後の進路について、親に相談した。
だいがくそつぎょうご しんろ おや そうだん

I talked to my parents about my career choices after graduating from college.
Tôi đã bàn với bố mẹ về lựa chọn trong tương lai sau khi tốt nghiệp đại học.

576 大学院
だいがくいん

名 graduate school
cao học

私は大学院で、研究をしたいと思っている。
わたし だいがくいん けんきゅう おも

I think I'd like to do research in graduate school.
Tôi muốn nghiên cứu ở cao học.

577 進学〈する〉
しんがく

名 school progression
sự học lên

大学院進学のための準備をする。
だいがくいんしんがく じゅんび

I'm preparing to move on to graduate school.
Tôi chuẩn bị để học lên cao học.

578 一人暮らし
ひとりぐ

名 living alone
sống một mình

一人暮らしは楽しいが、ときどきさびしくなる。
ひとりぐ たの

Living alone is fun, but sometimes it gets lonely.
Sống một mình vui nhưng thỉnh thoảng cũng buồn.

579 アルバイト〈する〉

名 part-time job
việc làm thêm

来月からアルバイトを減らすことにした。
らいげつ へ

Starting next month, I'm going to reduce how much I work part-time.
Tôi quyết định từ tháng sau sẽ giảm đi làm thêm.

🟰 バイト〈する〉

580 □ 名	時給 じ きゅう **hourly wage** **lương theo giờ**	今のバイトの時給は悪くない。 いま　　　　　　 じ きゅう　 わる My current part-time job's hourly wages aren't bad. Lương giờ của công việc làm thêm bây giờ không tồi.
581 □ 名	寮 りょう **dorm** **ký túc xá**	大学の寮が空いていれば、ぜひ入りたい。 だいがく　 りょう　あ　　　　　　　　　 はい If the university's dorm has any openings, I would definitely like to get a room. Tôi muốn vào ký túc xá đại học nếu còn trống.
582 □ 名	休学 〈する〉 きゅうがく **taking time off from school** **sự nghỉ học**	海外留学するために、2年間休学することにした。 かいがいりゅうがく　　　　　　　 ねんかん きゅうがく I decided to take off two years from school to study abroad. Tôi quyết định nghỉ học 2 năm để đi du học nước ngoài.
583 □ 名	退学 〈する〉 たいがく **leaving school, dropping out** **sự thôi học, bỏ học**	経済的な理由で退学した。 けいざいてき　 り ゆう　 たいがく I quit school for financial reasons. Tôi thôi học vì lý do kinh tế.

試験
しけん

Tests / Thi cử

584

受験 〈する〉
じゅけん

名 **taking a test**
sự dự thi (thường chỉ việc thi vào các lớp đầu cấp, thi vào đại học)

受験のために、毎日10時間勉強している。
じゅけん　　　　　まいにち　　じかんべんきょう

I have been studying 10 hours a day for the test.
Hàng ngày, tôi học 10 tiếng để thi.

➕ (試験を) 受ける to take (a test) / dự (thi)
しけん　う

585

受験生
じゅけんせい

名 **test taker**
thí sinh

妹が受験生なので、家族で応援している。
いもうと　じゅけんせい　　　　かぞく　おうえん

My younger sister is studying for her college entrance exams, so we are cheering for her as a family.
Em gái tôi là thí sinh nên cả nhà hỗ trợ.

586

合格 〈する〉
ごうかく

名 **passing**
sự thi đỗ, thi đậu

毎日がんばったのだから、ぜひ合格したい。
まいにち　　　　　　　　　　ごうかく

I worked hard every day, so I really want to pass.
Tôi muốn nhất định thi đỗ vì đã cố gắng hàng ngày.

➕ (試験に) 受かる to pass (a test) / đậu (kỳ thi)
しけん　う

587

配る
くば

動 **to distribute, to hand out**
phát

試験の説明のあとで、問題が配られた。
しけん　せつめい　　　　もんだい　くば

After the explanation for the test, the questions were distributed.
Sau phần giải thích về kỳ thi, đề thi đã được phát.

588

氏名
しめい

名 **full name**
họ tên

氏名のところに、ローマ字で名前を書く。
しめい　　　　　　　　じ　なまえ　か

Write your name in Roman characters in the name box.
Tôi viết tên bằng chữ cái La-tinh ở chỗ họ tên.

589

裏返す
うらがえ

動 **to turn over**
lật, úp

時間になるまで、問題の紙を裏返しておいて
じかん　　　　　もんだい　かみ　うらがえ
ください。

Please keep your answer sheet turned over until it is time.
Hãy úp đề thi xuống cho đến khi đến giờ (bắt đầu làm bài).

➕ 裏返し turning over / (sự) lật, úp
うらがえ

590

問い
と

名 question
câu hỏi

問いをよく読んでから、答えましょう。
と　　　　　よ　　　　　こた

Read the questions carefully before answering.
Hãy đọc kỹ câu hỏi và trả lời!

➕ 問う to question, to ask / hỏi
と

591

解く
と

動 to solve
giải

どんどん問題を解いていく。
もんだい　と

I solve the questions one after the other.
Tôi nhanh chóng giải dần các câu hỏi.

592

正解 〈する〉
せいかい

名 correct answer
câu trả lời đúng, sự trả
lời đúng

試験が終わったら、正解の紙を配ります。
し けん　お　　　　　せいかい　かみ　くば

Once the test is over, a sheet with the correct answers will
be handed out.
Sau khi kỳ thi kết thúc, sẽ phát đáp án.

🟰 正答 〈する〉
せいとう

593

正確 〈な〉
せいかく

名
ナ形 accuracy
sự chính xác (chính xác)

漢字は正確に書いてください。(ナ形)
かん じ　せいかく　か

Please write kanji neatly.
Hãy viết chữ Kanji một cách chính xác!

594

すらすら [と]

副 smoothly
vèo vèo, trơn tru

問題が簡単なので、すらすらと解けた。
もんだい　かんたん　　　　　　　　と

The questions were easy, so I solved them smoothly.
Đề bài đơn giản nên tôi giải vèo vèo.

595

ちっとも

副 not at all
tẹo nào, tí gì

何度問題を読んでも、ちっともわからない。
なん ど もんだい　よ

No matter how many times I read the question, I don't
understand it at all.
Đọc mấy lần đề bài cũng chẳng hiểu tí gì.

596

カンニング〈する〉

名 cheating
sự quay cóp

カンニングをした学生が、注意された。
がくせい　　ちゅう い

The student who cheated was warned.
Những sinh viên quay cóp bị nhắc nhở.

597

ぎりぎり 〈な〉

これが合格ぎりぎりの点だった。(名)
ごうかく　　　　　　　　　　　てん
試験の時間ぎりぎりに間に合った。(ナ形)
しけん　じかん　　　　　　　　ま　あ

名
ナ形
barely
sự vừa đủ, vừa sát (với
yêu cầu, giới hạn), sự vừa
kịp (thời gian), suýt soát

This was just barely a passing score.
I just barely made it to the exam on time.
Đây là điểm vừa đủ điểm thi đỗ.
Vừa kịp sát giờ thi.

598

余る
あま

問題が早く解けたので、時間が余った。
もんだい　はや　と　　　　　　　じかん　あま

動
to remain, to be left over
thừa

I solved the questions quickly, so I had some time left over.
Vì tôi giải nhanh bài nên đã thừa thời gian.

599

適当な
てきとう

①4つの中から、適当な答えを1つ選びなさい。
よっ　なか　　　てきとう　こた　　ひと　えら
②彼の仕事は、いつも適当で、みんな怒っている。
かれ　しごと　　　　　　てきとう　　　　　おこ

ナ形
appropriately, suitable
phù hợp, đại khái

① Please select the most appropriate answer from these four.
② His work is always so sloppy, it makes everyone mad.
① Trong số 4 câu trả lời, hãy chọn ra một câu trả lời phù hợp.
② Công việc anh ta lúc nào cũng làm đại khái nên bị mọi
người tức giận.

👍 ① just right ② sloppy / ① Vừa đúng ② Đại khái, cho cốt có, qua loa

600

でたらめ 〈な〉

全然わからないので、でたらめな答えを
ぜんぜん　　　　　　　　　　　　　　　こた
書いた。(ナ形)
か

名
ナ形
nonsense, haphazard,
random
sự linh tinh (linh tinh)

I didn't understand it at all, so I wrote a random answer.
Vì chẳng hiểu gì cả nên tôi đã viết câu trả lời linh tinh.

601

間違い
ま ちが

試験の問題に間違いがあった。
しけん　もんだい　まちが

名
mistake
chỗ nhầm, chỗ sai

There was a mistake in a question on the exam.
Trong đề bài có chỗ sai.

➕ 間違う to make a mistake / bị nhầm, bị sai・間違える to mistake / nhầm, làm sai
ま ちが　　　　　　　　　　　　　　　　　　　　　　　ま ちが

602

優れる
すぐ

彼女は学力が優れている。
かのじょ　がくりょく　すぐ

動
to surpass, to excel
giỏi, xuất sắc

She has excellent academic ability.
Cô ấy có học lực giỏi.

👍 Used as 優れている and 優れた / Được sử dụng ở dạng "優れている", "優れた"

603	実力 じつりょく	試験で、100パーセント実力を出すのは難しい。 し けん　　　ひゃく　　　　　　　　じつりょく　だ　　　　　　むずか
名	real ability, actual ability thực lực	It's difficult to use 100 percent of your abilities on tests. Khó có thể phát huy hết 100% thực lực trong kỳ thi.

604	結果 け っ か	早く結果を知りたいが、知るのが怖い。 はや　けっか　　し　　　　　　　し　　　　　　こわ
名	result kết quả	I want to find out the results soon, but I'm also afraid. Tôi muốn biết kết quả nhanh nhưng lại sợ biết.

605	少数 しょうすう	この試験は少数の人しか合格しない。 し けん　　しょうすう　ひと　　　　ごうかく
名	small amount số ít	Only a few people will pass this test. Cuộc thi này chỉ có số ít người là đỗ.

606	可能性 か のうせい	自分が大学に受かる可能性を信じたい。 じ ぶん　だいがく　う　　　　か のうせい　しん
名	possibility khả năng	I want to believe that there is a chance that I can get in to a university. Tôi muốn tin vào khả năng đỗ đại học của mình.

607	あきらめる	どんな結果でも、あきらめない。 けっか
動	to give up bỏ cuộc, chán nản	No matter the results, don't give up. Dù có kết quả thế nào đi nữa tôi cũng không bỏ cuộc.

608	掲示板 けい じ ばん	掲示板に、試験のお知らせがはってある。 けい じ ばん　　　し けん　　　し
名	bulletin board bảng thông báo	News about the exam is posted on the bulletin board. Trên bảng thông báo có dán thông báo thi.

もっとがんばれ！

Try Harder! / Hãy cố gắng hơn nữa!

609

知識
ちしき

名 knowledge
kiến thức

もっといろいろな知識を増やしたい。

I want to increase my knowledge of various things.
Tôi muốn tăng cường nhiều kiến thức hơn nữa.

610

理解 〈する〉
りかい

名 understanding
sự lý giải, hiểu

前より早く日本語が理解できるようになった。
まえ　　はや　　にほんご　　りかい

I'm able to understand Japanese faster than before.
Tôi bắt đầu hiểu tiếng Nhật nhanh hơn trước.

611

目指す
めざ

動 to aim for, to head for
nhắm tới, lấy mục tiêu

Ｎ３合格を目指して毎日がんばっている。
ごうかく　　めざ　　まいにち

I work hard every day aiming to pass the N3 exam.
Lấy mục tiêu thi đỗ N3, hàng ngày tôi cố gắng.

612

試す
ため

動 to test, to try
thử

練習問題で自分の実力を試してみよう。
れんしゅうもんだい　　じぶん　　じつりょく　　ため

Let's test our actual abilities using practice exercises.
Tôi sẽ thử thực lực của mình bằng bài luyện tập.

613

自信
じしん

名 self confidence
tự tin

日本語の日常会話に自信がある。
にほんご　　にちじょうかいわ　　じしん

I'm confident in my ability to hold a daily conversation in Japanese.
Trong hội thoại thông thường bằng tiếng Nhật thì tôi tự tin.

614

やる気
き

名 motivation
hứng làm

やる気はあるが、なかなか集中できない。
しゅうちゅう

I want to do it, but I just can't focus.
Có hứng làm nhưng mãi không thể tập trung.

615

くやしい

イ形 annoying, vexing
cay cú, ấm ức, tiếc

９４点で不合格だった。とてもくやしい。
きゅうじゅうよんてん　　ふごうかく

I was 94 points away from passing. I'm so annoyed.
94 điểm và bị rớt. Tôi rất tiếc.

616 レベル

名 level
trình độ

早くN1レベルの勉強をしたい。
はや　　　　　　　　　　べんきょう

I want to study the N1 level soon.
Tôi muốn nhanh chóng học trình độ N1.

➕ 生活レベル living standard / mức sống
せいかつ

617 利口〈な〉
りこう

名
ナ形 clever
khôn ngoan, lanh lợi

弟は利口で、医者になることを目指している。
おとうと　りこう　　いしゃ　　　　　　　　　めざ

（ナ形）

My younger brother is clever and hopes to become a doctor.
Em trai tôi lanh lợi và đang hướng đến mục tiêu trở thành bác sỹ.

↔ ばか〈な〉

618 さっそく

副 at once, without delay
ngay, luôn

勉強した単語を、さっそく使ってみる。
べんきょう　たんご　　　　　　　つか

I'm going to try to use the words I just studied.
Tôi thử dùng luôn từ đã học.

619 ざっと

副 roughly
qua, lướt qua

テスト前に教科書をざっと復習した。
まえ　きょうかしょ　　　　ふくしゅう

I did a rough review with my textbook before the test.
Tôi đã ôn qua sách giáo khoa trước bài kiểm tra.

620 しっかり［と］
〈する〉

副 properly, thoroughly
nghiêm chỉnh, cẩn thận

彼は毎日しっかり予習も復習もしている。
かれ　まいにち　　　　よしゅう　ふくしゅう

He studies and reviews thoroughly every day.
Hàng ngày anh ta đều ôn bài và học trước bài cẩn thận.

621 じっくり［と］

副 carefully, thoroughly
thong thả

時間はあるので、じっくりと解いてください。
じかん　　　　　　　　　　と

You have some time, so please solve them carefully.
Có thời gian nên hãy thong thả làm bài!

622 相当〈な〉
そうとう

ナ形
副 extremely, considerably
tương đối

今日のテストは、相当難しかった。（副）
きょう　　　　　　そうとうむずか

Today's test was extremely difficult.
Bài kiểm tra ngày hôm nay tương đối là khó.

623 まあまあ 〈な〉

この問題で８０点なら、まあまあだろう。(ナ形)
もんだい　はちじゅってん

ナ形 副 **so-so**
cũng được, tạm được

An 80 on this test is so-so.
Với bài này mà được 80 điểm thì có lẽ cũng được rồi.

624 努力 〈する〉
どりょく

努力すれば、きっといい結果になる。
どりょく　　　　　　　けっか

名 **effort**
sự nỗ lực, cố gắng

If you make an effort, I'm sure the results will be good.
Nếu cố gắng nhất định sẽ cho kết quả tốt.

625 なまける

昨日の夜なまけたので、テストの点が悪かった。
きのう　よる　　　　　　　　　　　てん　わる

動 **to be idle, to slack off**
lười

I slacked off last night, so I got a bad score on the test.
Đêm qua tôi lười nên điểm bài kiểm tra kém.

➕ なまけ者 slacker / kẻ lười
もの

626 得意な
とくい

努力したので、会話も得意になった。
どりょく　　　　　かいわ　とくい

ナ形 **good at, skillful**
giỏi, tốt

I worked hard, so I've become good at even conversation.
Vì đã nỗ lực nên hội thoại của tôi cũng trở nên giỏi.

627 苦手な
にがて

苦手な科目は作文だ。
にがて　かもく　さくぶん

ナ形 **unskillful, not good at**
yếu

Essay writing is my weakest subject.
Môn học yếu của tôi là tập làm văn.

628 マスター〈する〉

外国語をマスターするのは大変だ。
がいこくご　　　　　　　　たいへん

名 **mastery**
sự thành thạo

It's hard to master foreign languages.
Để thành thạo ngoại ngữ rất vất vả.

629 問い合わせる
と　あ

日本語能力試験について、電話で問い合わせた。
にほんごのうりょくしけん　　　　でんわ　と　あ

動 **to inquire**
hỏi, thắc mắc

I inquired about the JLPT over the phone.
Tôi gọi điện hỏi về kỳ thi năng lực tiếng Nhật.

➕ 問い合わせ inquiry / (sự) hỏi, thắc mắc
と　あ

🔗 接続詞　Conjunctions / Từ nối
せつぞくし

● 理由‥‥‥結果
りゆう　　けっか
Reason------Result / Lý do------Kết quả

だから・それで・ですから・そのため・したがって
therefore・then・because・therefore・accordingly / vì vậy・do đó・vì thế・do đó・vì thế

明日は部長が出張だ。したがって、会議は中止だ。
あした　ぶちょう　しゅっちょう　　　　　　　　　　　かいぎ　ちゅうし
Tomorrow, the department chief will go on a business trip. Therefore, the meeting will be cancelled. / Ngày mai trưởng phòng đi công tác. Vì thế, cuộc họp sẽ bị hủy bỏ.

● 結果‥‥‥理由
けっか　　りゆう
Result------Reason / Kết quả------Lý do

だって・なぜなら・なぜかというと・というのは・というのも
it was said・because・for the reason being・which means・which also means / thì do・lý do là vì・bởi vì・tại vì・là do・cũng là do

最近とても忙しい。というのも、アルバイトを始めたからだ。
さいきん　　　いそが
I've been very busy recently. The reason being that I started a new part-time job.
Gần đây tôi rất bận rộn. Cũng là do, tôi bắt đầu đi làm thêm.

● 状況・理由‥‥‥提案
じょうきょう　りゆう　　ていあん
Condition・Reason------Suggestion / Tình hình/lý do------Đề xuất

じゃ・それじゃ・だったら・それなら・それでは
then・well then・if that's the case, then・in that case・then / thế thì・vậy thì

A「明日は台風が来るらしいよ。」
あした　たいふう　く
B「じゃ、遊びに行くのはやめよう。」
あそ　い
A: They say a typhoon is coming tomorrow. / Ngày mai nghe nói trời bão.
B: Then, let's not go out. / Thế thì thôi không đi chơi nữa!

● A ＋‥‥‥ B
A+------B / A+------B

しかも・そのうえ　　moreover・furthermore / hơn nữa・lại còn

あのレストランの料理は、とてもおいしい。そのうえ、安い。
りょうり　　　　　　　　　　　　　　　　　　　　　　　やす
That restaurant's food is very good. In addition, it's affordable.
Các món ăn của nhà hàng ấy rất ngon. Lại còn rẻ.

- **A‥‥‥‥Aの要約**
  - A------Summary of A / A------Tóm tắt A

つまり・要するに　in other words・in a word / Tóm lại/ tóm lại・nói ngắn gọn là

A 「田中さんは、木村さんにだけ親切だよね。」

B 「つまり、木村さんを好きだということだね。」

A: Tanaka-san is only kind to Kimura-san. / Anh Tanaka chỉ tốt với Kimura thôi nhỉ!

B: In other words, he likes Kimura-san, right? / Tóm lại, anh ấy thích Kimura phải không?

- **状況‥‥‥‥予想とは違う結果**
  - Condition------Result different from what was expected /
  - Tình huống------Kết quả khác với dự định

でも・だけど・けれども・ところが・しかし・だが　but・however・however・however・but・but / nhưng・nhưng mà・thế nhưng・tuy nhiên・song

がんばって勉強した。しかし、テストの点はよくなかった。

I did my best studying. But, I didn't get a good score on the test.

Tôi đã cố gắng học. Song điểm thi không được tốt.

- **A‥‥‥‥Aの条件・例外**
  - A------Conditions of A・Exceptions / A------Điều kiện/ngoại lệ của A

ただ・ただし　but・but / có điều・tuy nhiên

今日は牛乳が 1 本 100 円です。ただし、一人 3 本までです。

Today, milk is one pack for 100 yen. But, they are limited to three packs per person.

Hôm nay sữa tươi 100 yên một hộp. Tuy nhiên, mỗi người chỉ được mua tối đa 3 hộp.

- **A‥‥‥‥Aとは別の選択**
  - A------A different choice from A / A------Lựa chọn khác với A

または　or / hoặc

ご連絡は、メールまたは電話でお願いします。

Please contact me by e-mail or by phone.

Hãy liên lạc cho chúng tôi bằng e-mail hoặc điện thoại.

☞ それとも is used in interrogative sentences. / "それとも" sử dụng trong câu nghi vấn

大阪へは飛行機で行きますか。それとも、新幹線で行きますか。

Do you go to Osaka by plane? Or do you go by Shinkansen?

Chị đến Osaka bằng máy bay à? Hay là đi bằng tàu Shinkansen?

N3

Chapter

6

仕事
しごと
Work
Công việc

就職
しゅうしょく

Getting a Job / Việc làm

630

企業
き ぎょう

名 **industry**
doanh nghiệp, công ty

興味がある企業が、いくつかある。
きょう み　　　　き ぎょう

I'm interested in several enterprises.
Có một vài doanh nghiệp mà tôi quan tâm.

631

ホームページ

名 **homepage, website**
trang chủ

行きたい会社のホームページをチェックする。
い　　　　かいしゃ

I'll check the homepage of the company I want to go to.
Tôi kiểm tra trang chủ của công ty mà tôi muốn đến.

➕ ウェブサイト website / website・ウェブページ webpage / trang web

632

条件
じょうけん

名 **condition**
điều kiện

就職の条件は、企業によって違う。
しゅうしょく　じょうけん　き ぎょう　　　　ちが

Conditions of employment are different depending on the enterprise.
Điều kiện làm việc mỗi công ty mỗi khác.

633

募集 〈する〉
ぼ しゅう

名 **recruiting, taking applications**
sự tuyển mộ, chiêu mộ, chiêu sinh

サイトを見て、募集の条件を確認した。
み　　　　ぼ しゅう　じょうけん　かくにん

I looked at the site and confirmed the conditions of applying.
Tôi xem trang web, xác nhận điều kiện tuyển mộ.

634

応募 〈する〉
おう ぼ

名 **applying for**
sự ứng tuyển

3つの企業に応募してみようと思っている。
みっ　　　き ぎょう　おう ぼ　　　　　　　おも

I'm think about applying to three enterprises.
Tôi định thử ứng tuyển vào 3 công ty.

635

登録 〈する〉
とうろく

名 **registration**
sự đăng ký

就職サイトに登録した。
しゅうしょく　　　とうろく

I registered for a job hunting site.
Tôi đã đăng ký vào trang xin việc.

636

面接 〈する〉
めんせつ

名 **interview**
sự phỏng vấn

面接の翌日、さっそく連絡が来た。
めんせつ　よくじつ　　　　　れんらく　き

I was contacted swiftly the day after the interview.
Hôm sau ngày phỏng vấn đã có liên lạc ngay.

---

637 履歴書
りれきしょ

名 resume
sơ yếu lý lịch

履歴書のために写真を撮った。
りれきしょ　　　　　　しゃしん　と

I took a picture for my resume.
Tôi chụp ảnh để làm sơ yếu lý lịch

---

638 記入 〈する〉
きにゅう

名 filling out
việc ghi, viết vào

履歴書に趣味を記入した。
りれきしょ　しゅみ　きにゅう

I wrote my hobbies in my resume.
Tôi viết sở thích vào sơ yếu lý lịch.

---

639 資格
しかく

名 qualification
chứng chỉ

就職のためには、どんな資格が必要ですか。
しゅうしょく　　　　　　　　しかく　ひつよう

What kind of qualifications do I need to find employment?
Để xin việc có cần chứng chỉ gì không?

---

640 服装
ふくそう

名 attire, garments
trang phục

面接では、髪型や服装にも気をつけましょう。
めんせつ　　　かみがた　ふくそう　き

Be careful about your hairstyle and attire at job interviews.
Hãy chú ý tóc tai, quần áo để đi phỏng vấn.

---

641 長所
ちょうしょ

名 strong point, merit
sở trường, điểm mạnh

あなたの長所を2つ答えてください。
ちょうしょ　ふた　こた

Please tell us two of your strong points.
Hãy nói 2 sở trường của bạn.

---

642 短所
たんしょ

名 weak point, short coming
sở đoản, điểm yếu

あなたの短所は何ですか。
たんしょ　なん

What is you weak point?
Điểm yếu của bạn là gì?

---

643 全て
すべ

名 副 all, every
tất cả

社長の本は、全て読んだ。（副）
しゃちょう　ほん　すべ　よ

I read all of the company president's book.
Tôi đã đọc tất cả sách của giám đốc.

---

644 ワイシャツ

名 white collared shirt
áo sơ mi

デパートで、面接のためのワイシャツを買った。
めんせつ　　　　　　　　　　　　か

I bought a white collared shirt for job interviews at the department store.
Tôi đã mua áo sơ mi để đi phỏng vấn tại trung tâm thương mại.

645

ぜひ

副 **certainly, by all means**
nhất định, rất

ぜひ、こちらで働かせていただきたいです。

I would certainly like a chance to work here.
Tôi rất muốn được làm việc ở đây.

646

ぜひとも

副 **by all means**
nhất định, rất mong

ぜひとも、この会社で働きたいです。

By all means, I would like to work at this company.
Tôi rất mong muốn được làm việc ở công ty này.

647

やとう

動 **to hire, to employ**
thuê

この会社では、1000人以上の社員を
やとっているそうだ。

They say more than 1,000 employees employed at this company.
Nghe nói công ty này thuê hơn 1000 nhân viên.

648

採用 〈する〉

名 **hiring**
sự tuyển dụng

あの会社に採用されるか、心配だ。

I'm worried about whether I'll be employed at that company.
Tôi lo không biết có được tuyển dụng vào công ty đấy không.

649

受け取る

動 **to receive**
nhận

面接した会社から、採用の書類を受け取った。

I received documents about employment at the company at which I had an interview.
Tôi đã nhận được hồ sơ tuyển dụng từ công ty phỏng vấn.

➕ 受け取り receiving, to receive / (sự) nhận

650

正社員

名 **full employee**
nhân viên chính thức

できれば正社員になりたい。

If possible, I'd like to become a full employee.
Nếu được tôi muốn trở thành nhân viên chính thức.

➕ 社員 company employee / nhân viên・パート part-time job / việc làm thêm bán thời gian

👉 社員 includes full employees as well as one-year contracted employees and others
Trong " 社員 ", ngoài nhân viên chính thức ra còn có nhân viên hợp đồng có thể ký gia hạn hợp đồng 1 năm.

651
☐

サラリーマン

サラリーマンらしいスーツを買った。
か

名 **salary man, businessman**
người làm công ăn
lương, người đi làm

I bought a suit befitting a businessman.
Tôi đã mua một bộ com-lê đúng kiểu người đi làm.

➕ ＯＬ office lady / nữ nhân viên văn phòng
オーエル

652
☐

研修 〈する〉
けんしゅう

採用が決まって、すぐに研修が始まる。
さいよう き けんしゅう はじ

名 **training**
sự đào tạo

Once your employment is decided upon, your training begins right away.
Tuyển dụng được quyết định và công tác đào tạo được bắt đầu ngay.

653
☐

実習 〈する〉
じっしゅう

研修で習ったことを実習する。
けんしゅう なら じっしゅう

名 **practical training, on-the-job training**
sự thực tập, tập sự

I'm going to drill what I learned in training.
Thực tập những điều đã học được ở khóa đào tạo.

654
☐

インターン

インターンは学生にとって、いい経験だ。
がくせい けいけん

名 **intern**
thực tập, thực tập sinh

Being an intern is a good experience for college students.
Thực tập là một kinh nghiệm tốt đối với sinh viên.

655
☐

職場
しょくば

職場では、人との関係がとても大切だ。
しょくば ひと かんけい たいせつ

名 **workplace**
nơi làm việc

Interpersonal relationships are very important at the workplace.
Mối quan hệ con người ở nơi làm việc rất quan trọng.

656
☐

得る
え

仕事から、多くの経験を得ることができる。
しごと おお けいけん え

動 **to procure, to get**
dành, có

You can gain a lot of experience though working.
Có thể có được nhiều kinh nghiệm từ công việc.

657
☐

たとえ

たとえ嫌なことがあっても、がんばりたい。
いや

副 **even if, supposing that**
cho dù

I want to do my best, even if there's something that I don't like.
Cho dù có điều gì chán ghét tôi vẫn muốn cố gắng.

会社
かいしゃ

Company / Công ty

658

受付
うけつけ

名 reception desk
quầy lễ tân

受付で名前を書かないと、会社の中に入れない。
うけつけ　なまえ　か　　　　　　　かいしゃ　なか　はい

You cannot get into the company if you do not write down your name at the reception desk.
Nếu không ghi tên ở quầy lễ tân thì không vào được công ty.

➕ 受け付ける to receive (inquiries, etc.) / tiếp nhận
う　つ

659

ミーティング〈する〉

名 meeting
cuộc họp

3時からのミーティングには、社長も出席する。
じ　　　　　　　　　　　　　　　しゃちょう　しゅっせき

The president will also be present at the 3:00 meeting.
Giám đốc cũng tham dự cuộc họp từ 3 giờ.

660

話し合う
はな　あ

動 to discuss
nói chuyện với nhau, bàn

来月のイベントについて、みんなで話し合った。
らいげつ　　　　　　　　　　　　　　　　　はな　あ

We discussed the next week's event with everyone.
Tất cả đã nói chuyện với nhau về sự kiện của tháng tới.

➕ 話し合い discussion / nói chuyện với nhau, bàn
はな　あ

661

調整〈する〉
ちょうせい

名 adjustment
sự điều phối, dàn xếp,
sắp xếp

出張のスケジュールを調整した。
しゅっちょう　　　　　　　　　ちょうせい

I adjusted the schedule of my business trip.
Tôi đã sắp xếp lịch trình công tác.

662

能力
のうりょく

名 ability
năng lực

A社では、能力のある外国人を採用している。
エー　しゃ　　　のうりょく　　　　がいこくじん　さいよう

At A Company, there are foreign people employed that are highly able.
Ở công ty A tuyển dụng những người nước ngoài có năng lực.

663

役割
やくわり

名 role
vai trò

一人ひとりの役割を、しっかり決めましょう。
ひとり　　　　　　やくわり　　　　　　　　き

Let's thoroughly decide each person's role.
Chúng ta hãy quy định rõ ràng vai trò của từng người!

---

664 もうかる

会社がもうかるためには、アイディアが必要だ。
かいしゃ　　　　　　　　　　　　　　　　　ひつよう

動 to be profitable
lời lãi, có lời

Ideas are necessary for the company to be profitable.
Cần có ý tưởng để công ty lời lãi.

➕（〜を）もうける to make a profit / kiếm tiền, kiếm lời

665 通勤〈する〉
つうきん

通勤に往復で4時間もかかる。
つうきん　おうふく　よ　じかん

名 commuting to work
sự đi làm (chỉ việc đi và về)

It takes four hours round trip for me to commute to work.
Mất những 4 tiếng đi làm vừa đi vừa về.

666 早退〈する〉
そうたい

かぜをひいたので、3時くらいに早退した。
じ　　　　　そうたい

名 leaving early
sự về sớm

I caught a cold, so I left early at 3:00.
Tôi đã bị cảm nên về sớm tầm 3 giờ.

667 無断
むだん

社会人が無断で休むなんて、信じられない。
しゃかいじん　む だん　やす　　　　　しん

名 without permission
không xin phép

I can't believe a member of society would be absent without permission.
Không thể tin được là có người đi làm nghỉ không xin phép.

668 社会人
しゃかいじん

弟は、今年の春から社会人になる。
おとうと　ことし　はる　　　しゃかいじん

名 working adult, member of society
người đi làm

As of this spring, my younger brother is going to become a working member of society.
Em trai tôi sẽ trở thành người đi làm từ mùa xuân năm nay.

669 一人ひとり
ひとり

社長が一人ひとりの意見を聞いた。
しゃちょう　ひとり　　　　　　い けん　き

名 one by one, each person
từng người từng người

The company president asked each person's opinion.
Giám đốc nghe ý kiến từng người từng người một.

670 印鑑
いんかん

銀行の書類のために、印鑑が必要だ。
ぎんこう　しょるい　　　　　いんかん　ひつよう

名 seal
con dấu

You need a seal for bank documents.
Cần có con dấu để làm giấy tờ ngân hàng.

➕ はんこ seal / con dấu

671 ☐	インタビュー〈する〉	番組のインタビューで、仕事について聞かれた。 ばんぐみ　　　　　　　　　しごと　　　き
名	**interview** **sự phỏng vấn**	I was asked about my job in a TV show interview. Tôi bị hỏi về công việc trong cuộc phỏng vấn của một chương trình truyền hình.
672 ☐	アンケート	会社で商品に関するアンケートを取った。 かいしゃ　しょうひん　かん　　　　　　　　と
名	**survey** **cuộc điều tra, khảo sát,** **thăm dò**	A survey about merchandise was taken at the office. Ở công ty đã làm cuộc khảo sát liên quan đến sản phẩm.
673 ☐	回答〈する〉 かいとう	ほとんどの社員が、アンケートに回答した。 しゃいん　　　　　　　　　かいとう
名	**answer, fill out** **sự trả lời, hồi đáp**	Most of the employees filled out the survey. Hầu hết nhân viên đều trả lời khảo sát.
	👉 解答 is used for answering test questions. / Nếu là trả lời bài kiểm tra thì là " 解答 ". かいとう　　　　　　　　　　　　　　　　　　　　　　　　　　　　　　かいとう	
674 ☐	ノック〈する〉	部屋に入るときは、ドアをノックしてください。 へや　はい
名	**knock** **gõ cửa**	Please knock on the door when entering the room. Hãy gõ cửa khi vào phòng!
675 ☐	月末 げつまつ	この会社では月末が給料日だ。 かいしゃ　　げつまつ　きゅうりょうび
名	**end of the month** **cuối tháng**	At this company, pay day is at the end of the month. Công ty này cuối tháng là ngày lĩnh lương.
676 ☐	確かめる たし	書類を受け取ったら、必ず内容を確かめる。 しょるい　う　と　　　　かなら　ないよう　たし
動	**to confirm** **kiểm tra lại, xác nhận**	Once you receive the documents, please check their contents. Khi nhận giấy tờ nhất định phải kiểm tra nội dung.

677 確かに
たし

A 「今日は社長が出張なので、会議は明日に
きょう しゃちょう しゅっちょう かいぎ あす
しましょう。」

B 「確かにそのほうがいいですね。」
たし

副 **surely, truly**
chắc là, đúng là

A: The president is on a business trip today, so let's move
the meeting to tomorrow.
B: That certainly sounds like a good idea.
A: Hôm nay giám đốc đi công tác nên chúng ta hãy để
cuộc họp vào ngày mai đi!
B: Chắc là nên như thế nhỉ!

✚ 確か sure, certain / chắc là
たし

☞ 確か is used when one is sure of one's own memory. / " 確か " dùng khi tự tin vào trí
たし
nhớ của bản thân.

678 とっくに

A 「部長は?」
ぶちょう

B 「とっくに帰りましたよ。1時間くらい前に。」
かえ じかん まえ

副 **long ago**
đã, từ lâu rồi

A: Where is the department chief?
B: She left a while ago. About an hour ago.
A: Trưởng phòng đâu rồi?
B: Về từ lâu rồi mà! Khoảng 1 tiếng trước.

679 失業 〈する〉
しつぎょう

兄は先月会社を辞めて、今失業中だ。
あに せんげつかいしゃ や いましつぎょうちゅう

名 **unemployment**
sự thất nghiệp

My older brother quit his job last month and is currently
unemployed.
Anh trai tôi nghỉ việc công ty tháng trước, bây giờ đang
thất nghiệp.

上下関係
じょうげ かんけい

Hierarchical Relationships / Quan hệ trên dưới

680

上司
じょうし

名 **boss, supervisor**
cấp trên, sếp

上司はきびしいほうが、いいと思う。
じょうし　　　　　　　　　　　　おも

I think it's better to have a strict boss.
Tôi nghĩ sếp nên nghiêm khắc thì tốt hơn.

681

部下
ぶか

名 **subordinate**
cấp dưới, nhân viên

この会社では、部下が上司に自由に意見を言える。
かいしゃ　　　ぶか　じょうし　じゆう　いけん　い

At this company, subordinates can freely express their opinions to their supervisors.
Trong công ty này, cấp dưới có thể tự do nói ý kiến với cấp trên.

682

先輩
せんぱい

名 **senior**
bậc đàn anh, người đi trước

私と先輩は、兄弟のように親しい。
わたし　せんぱい　　きょうだい　　　　した

Me and my senior are close like brothers.
Tôi và bậc đàn anh thân thiết như anh em.

↔ 後輩
こうはい

683

肩書き
かたがき

名 **title**
chức vụ

田中さんの肩書きは課長だ。
たなか　　　かたがき　かちょう

Tanaka-san's title is section chief.
Chức vụ của anh Tanaka là trưởng phòng.

684

アドバイス〈する〉

名 **advice**
lời khuyên

先輩のアドバイスは役に立つ。
せんぱい　　　　　　　　やく　た

My senior's advice is useful.
Lời khuyên của bậc đàn anh rất có ích.

685

ひとこと

名 **a word**
đôi lời

何かひとことアドバイスをお願いします。
なに　　　　　　　　　　　　ねが

I would like to ask for a word of advice.
Xin anh cho đôi lời khuyên ạ!

686

同僚
どうりょう

名 **coworker**
đồng nghiệp

あの会社の同僚はみんないい人だった。
かいしゃ　どうりょう　　　　　ひと

That company's coworkers were all good people.
Các đồng nghiệp của công ty ấy tất cả đều là người tốt.

687 同期
どうき

名 one's contemporary, people who join at the same time
cùng đợt, cùng kỳ

私の同期は10人しかいない。
わたし　どうき　　　　にん

There are only 10 people who are my contemporaries.
Cùng đợt với tôi chỉ có 10 người.

688 休暇
きゅうか

名 break, rest
nghỉ, nghỉ phép

上司に許可をもらって、休暇を取った。
じょうし　きょか　　　　　きゅうか　と

I got permission from my boss to take some time off.
Tôi xin sếp nghỉ phép.

689 オフ

名 off, day off
nghỉ, tắt

オフの日も、会社の同期と会う。
ひ　　かいしゃ　どうき　あ

I meet with my contemporaries even on my days off.
Ngày nghỉ cũng gặp người cùng đợt vào công ty.

➕ オン on, working day / bật

690 責任
せきにん

名 responsibility
trách nhiệm

今の仕事は責任が重い。
いま　しごと　せきにん　おも

This job carries a lot of responsibilities.
Công việc này trách nhiệm nặng nề.

➕ 無責任な irresponsible / vô trách nhiệm
むせきにん

691 プレッシャー

名 pressure
áp lực

上司からのプレッシャーに負けたくない。
じょうし　　　　　　　　　　ま

I don't want to break under the pressure from my supervisor.
Tôi không muốn đầu hàng trước áp lực từ cấp trên.

692 不満〈な〉
ふまん

名
ナ形 dissatisfaction, displeasure
bất mãn, không hài lòng

不満があるなら、はっきり言うべきだ。(名)
ふまん　　　　　　　　　　　い
不満な気持ちを上司に伝えた。(ナ形)
ふまん　きも　　じょうし　つた

If you are unsatisfied, you should say so clearly.
I told my boss about my feelings of displeasure.
Nếu có điều gì không hài lòng thì phải nói rõ.
Tôi đã nói cảm giác bất mãn của mình với cấp trên.

693 命令〈する〉
めいれい

名 order
lệnh, mệnh lệnh

会社の命令にノーと言えない。
かいしゃ　めいれい　　　　　い

I can't say "no" to orders from my company.
Không thể nói không với mệnh lệnh của công ty.

694

指示〈する〉
しじ

名 direction
chỉ thị

上司に指示されたことを忘れてしまった。
じょうし　しじ　　　　　　　　わす

I forgot the directions I got from my boss.
Tôi quên mất những gì được cấp trên chỉ thị.

695

苦労〈する〉
くろう

名 trouble, hardship
sự chịu khó, vất vả

仕事を覚えるために、苦労した。
しごと　おぼ　　　　　　くろう

I worked hard to learn how to do my job.
Tôi đã vất vả để nhớ công việc.

696

くたくたな

ナ形 exhausted
rã rời, rệu rã

毎日仕事が忙しくて、もうくたくただ。
まいにちしごと　いそが

I'm busy at work every day, so I'm exhausted.
Hàng ngày, công việc bận bịu, rệu rã lắm rồi.

697

ミス〈する〉

名 mistake
lỗi

ミスは、だれにでもあることだ。

Everyone makes mistakes.
Bất kỳ ai cũng từng mắc lỗi.

698

報告〈する〉
ほうこく

名 report
báo cáo

もしミスしてしまったら、上司に報告しなさい。
じょうし　ほうこく

If you make a mistake, report it to your boss.
Nếu mắc lỗi thì hãy báo cáo lên cấp trên.

699

飲み会
の　かい

名 drinking party
buổi ăn uống, buổi nhậu

明日、同期の飲み会がある。
あした　どうき　の　かい

Tomorrow, I have a drinking party with my contemporaries.
Ngày mai có buổi nhậu với hội cùng đợt vào công ty.

➕ 宴会 banquet / tiệc, liên hoan
えんかい

👉 飲み会 has the connotation of being a private gathering
Từ " 飲み会 " mang ấn tượng về sự riêng tư hơn.

700

歓迎会
かんげいかい

名 welcome party
tiệc đón chào, liên hoan

4月と10月に歓迎会がある。
がつ　　がつ　かんげいかい

We have welcome parties in April and October.
Tháng 4 và tháng 10 có buổi liên hoan chào mừng.

↔ 送別会　➕ 歓迎〈する〉 welcoming / sự đón chào
そうべつかい　　　　かんげい

701

飲み放題
の　ほうだい

名 **all-you-can-drink**
uống thoải mái

飲み放題だと、飲みすぎてしまう。
の　ほうだい　　　　　　の

Whenever it's all-you-can-drink, I always drink too much.
Nếu là kiểu uống thoải mái thì sẽ uống quá nhiều.

➕ 食べ放題 all-you-can-eat / ăn thoải mái
た　ほうだい

702

つぐ

動 **to pour**
rót

乾杯の前に、先輩にビールをついだ。
かんぱい　まえ　　　せんぱい

Before having a toast, I poured some beer for my senior.
Trước khi nâng cốc, tôi đã rót bia cho bậc đàn anh.

どんな仕事？
しごと

What Kind of Job? / Là công việc như thế nào?

703
□

勤務 〈する〉
きんむ

名 **work, duty**
sự làm việc

勤務時間は9時から5時だ。
きんむ じかん くじ じ

Work hours are from 9:00 to 5:00.
Thời gian làm việc từ 9 giờ đến 5 giờ.

704
□

事務
じむ

名 **business, office work**
việc văn phòng

会社に入ったときは、事務をやっていた。
かいしゃ はい じむ

When I joined the company, I was doing office work.
Khi vào công ty tôi làm công việc văn phòng

705
□

担当 〈する〉
たんとう

名 **charge**
sự phụ trách

今年から、大きな仕事を担当している。
ことし おお しごと たんとう

Starting this year, I will be in charge of a big project.
Từ năm nay, tôi phụ trách công việc lớn.

➕ 担当者 person in charge / người phụ trách
たんとうしゃ

706
□

営業 〈する〉
えいぎょう

名 **sales**
kinh doanh (thường chỉ hoạt động mua bán của doanh nghiệp)

営業の仕事は、いろいろな人に会えて楽しい。
えいぎょう しごと ひと あ たの

Working in sales is fun because I get to meet many people.
Công việc kinh doanh gặp gỡ nhiều người rất vui.

707
□

経営 〈する〉
けいえい

名 **management**
kinh doanh (nói chung)

将来、自分の会社を経営したい。
しょうらい じぶん かいしゃ けいえい

In the future, I want to manage my own company.
Tương lai tôi muốn kinh doanh công ty của mình.

708
□

広告 〈する〉
こうこく

名 **advertising**
việc quảng cáo

学生時代から広告の仕事に興味があった。
がくせいじだい こうこく しごと きょうみ

Since I was a college student, I had been interested in an advertising job.
Tôi quan tâm hứng thú với công việc quảng cáo từ hồi sinh viên.

➕ 宣伝〈する〉 publicity / sự tuyên truyền・広告会社 advertising company / công ty quảng cáo
せんでん   こうこくがいしゃ

709

出版 〈する〉
しゅっぱん

名 **publishing**
sự xuất bản

あの会社は、日本語の本を出版している。
かいしゃ　　にほんご　ほん　　しゅっぱん

That company publishes Japanese language books.
Công ty ấy xuất bản sách tiếng Nhật.

➕ 出版社 publishing company / nhà xuất bản
しゅっぱんしゃ

710

制作 〈する〉
せいさく

名 **production**
việc sản xuất, làm, chế
tác

私は、テレビドラマを制作したいと思っている。
わたし　　　　　　　　　　　せいさく　　　　　　おも

I think I would like to produce TV dramas.
Tôi muốn làm phim truyền hình.

711

通訳 〈する〉
つうやく

名 **interpreting**
sự phiên dịch, thông
dịch

会社でベトナム語の通訳の仕事をしている。
かいしゃ　　　　　ご　つうやく　しごと

I work at my company as a Vietnamese interpreter.
Trong công ty tôi làm công việc phiên dịch tiếng Việt.

➕ 翻訳 〈する〉 translating / sự biên dịch, dịch thuật
ほんやく

712

精算 〈する〉
せいさん

名 **settlement, adjustment**
sự tính toán

交通費は1週間以内に精算してください。
こうつうひ　いっしゅうかんいない　せいさん

Please settle your travel expenses within one week.
Trong vòng một tuần, hãy tính tiền đi lại.

713

(予定を)立てる
よてい　　た

動 **to make (plans)**
lên, lập (dự định)

海外出張の予定を立てる。
かいがいしゅっちょう　よてい　た

I'm making plans to go on an overseas business trip.
Tôi lên dự định công tác nước ngoài.

714

長期
ちょうき

名 **long term, long time
period**
trường kỳ, dài hạn

今度の出張は長期の予定だ。
こんど　しゅっちょう　ちょうき　よてい

My next business trip is going to be long-term.
Đợt công tác này dự định sẽ dài.

↔ 短期　➕ 長期出張 long term business trip / công tác dài
たんき　　　　ちょうきしゅっちょう

715

日程
にってい

名 **schedule**
lịch trình

仕事が忙しくて、旅行の日程が決められない。
しごと　いそが　　　　りょこう　にってい　き

I'm so busy at work, I can't schedule my trip.
Công việc bận bịu nên không định được lịch trình đi du
lịch.

716 □ ずらす

動 to shift, to slide, to push back
đẩy, dời qua một bên, đổi lịch

①いすをずらして、掃除する。
②会議のスケジュールを3日ずらそう。

① I'm going to move the chairs and clean up.
② Let's slide the meeting schedule back three days.
① Đẩy ghế qua một bên để quét dọn.
② Hãy đổi lịch họp lệch đi 3 ngày.

➕ (〜が) ずれる to be shifted, to slide / chệch, lệch

👉 ① to move horizontally ② to reschedule
① Dịch chuyển qua một bên ② Thay đổi ngày giờ

717 □ 延期 〈する〉
えんき

名 postponement
sự hoãn, hoãn lại

出張が来週に延期された。

The business trip was postponed until next week.
Công tác bị hoãn lại sang tuần sau.

718 □ 携帯 〈する〉
けいたい

名 carrying around
sự mang theo, cầm theo

出張には、必ずパソコンを携帯している。

I make sure to carry a computer with me during business trips.
Tôi dứt khoát là mang theo máy vi tính đi công tác.

➕ 携帯電話 cellular phone / điện thoại cầm tay

719 □ 協力 〈する〉
きょうりょく

名 cooperation
sự hợp tác

みんなで協力して、いい結果を出そう。

Let's all cooperate to achieve the best results.
Tất cả chúng ta cùng hợp tác để cho ra kết quả tốt đẹp nào!

720 □ 省略 〈する〉
しょうりゃく

名 abbreviation, omission
sự tóm lược, lược bớt

あいさつは省略して、さっそく会議を始めよう。

Let's do away with the greetings and go ahead and start the meeting.
Tôi xin phép được bỏ qua phần chào hỏi và bắt đầu vào ngay buổi họp.

➕ 省く to omit / lược bớt, bỏ qua

721

積む
つ

動 **to pile up, to stack, to gain (experience)**
tích lũy, chồng chất

①部長の机の上に、書類が積んである。
②経験を積んで、自分の会社を作りたい。

① There are documents piled up on the department chief's desk.
② I want to accumulate some experience and start my own company.
① Trên bàn trưởng phòng, hồ sơ chồng chất.
② Tôi muốn tích lũy kinh nghiệm để mở công ty của mình.

👍 ① to put something on top of something else ② to happen repeatedly
① Đặt (chồng chất) vật lên bàn ② Thực hiện lặp đi lặp lại

722

成長 〈する〉
せいちょう

名 **to grow**
sự trưởng thành

大学生のころと比べると、成長したと思う。

Compared to when I was a university student, I think I've grown a lot.
Tôi nghĩ so với thời sinh viên tôi đã trưởng thành.

723

かせぐ

動 **to earn income**
kiếm tiền

お金をかせいで、将来のために貯金したい。

I want to earn money and save it for my future.
Tôi muốn kiếm tiền và tiết kiệm cho tương lai.

630 - 747

Section 5

パソコンで

Using Computers / Bằng máy vi tính

---

724 画面
がめん

名 screen
màn hình

パソコンの<u>画面</u>を見ていると、目が疲れる。
が めん み め つか

Staring at my computer screen wears out my eyes.
Nếu nhìn mãi màn hình sẽ mỏi mắt.

---

725 件名
けんめい

名 subject (of an e-mail)
chủ đề

メールの<u>件名</u>は、長すぎないほうがいい。
けんめい なが

It's better if the subject of the e-mail is not too long.
Chủ đề của e-mail không nên quá dài.

---

726 受信〈する〉
じゅしん

名 receiving, to receive
việc nhận (thư, e-mail)

このメールは昨日<u>受信した</u>。
きのうじゅしん

I got this e-mail yesterday.
E-mail này tôi nhận được từ hôm qua.

➕ 受信者 recipient / người nhận
じゅしんしゃ

---

727 送信〈する〉
そうしん

名 sending, to send
việc gửi (thư, e-mail)

さっき<u>送信した</u>メールは届いただろうか。
そうしん とど

I wonder if they recieved the e-mail I sent a while ago.
Không biết e-mail gửi lúc nãy đã đến chưa?

➕ 送信者 sender / người gửi
そうしんしゃ

---

728 返信〈する〉
へんしん

名 reply, to reply
việc trả lời (thư, e-mail)

仕事のメールは、できるだけ早く<u>返信し</u>よう。
し ごと はや へんしん

Let's respond to business e-mails as quickly as possible.
Hãy trả lời nhanh chóng càng nhanh càng tốt những e-mail công việc.

---

729 やり取り〈する〉
と

名 to have an exchange
sự trao đổi, xử lý

毎日のように、メールを<u>やり取りし</u>ている。
まいにち と

I exchange e-mails almost every day.
Hầu như ngày nào tôi cũng xử lý e-mail.

730
入力 〈する〉
にゅうりょく

名 input, writing
sự đánh máy, gõ, nhập

大切なメールは、入力したら何回も確認する。
たいせつ　　　　　　　にゅうりょく　　なんかい　かくにん

For important e-mails, I check what I write many times.
Những e-mail quan trọng sau khi đánh xong, tôi kiểm tra lại nhiều lần.

731
変換 〈する〉
へんかん

名 conversion
sự chuyển đổi

彼のメールは漢字の変換ミスがとても多い。
かれ　　　　　　かんじ　へんかん　　　　　　おお

There are a lot of mis-converted kanji in his e-mails.
E-mail của anh ấy có rất nhiều lỗi chuyển đổi chữ Hán.

732
改行 〈する〉
かいぎょう

名 new line, new paragraph
sự xuống dòng

メールの文は、読みやすいように改行してください。
ぶん　よ　　　　　　　　　かいぎょう

Please start new lines in your e-mail to make them easy to read.
Hãy xuống dòng các câu trong e-mail sao cho dễ đọc.

733
見直す
みなお

動 to review, to check
xem lại

内容を2回見直して、送信した。
ないよう　かい　みなお　　　そうしん

I rechecked the contents twice, then sent the e-mail.
Tôi xem lại nội dung hai lần rồi gửi.

734
変更 〈する〉
へんこう

名 change, modification
sự thay đổi

アドレスを変更するのに、時間がかかった。
へんこう　　　　　じかん

It took time to change the address.
Mất thời gian để thay đổi địa chỉ.

735
画像
がぞう

名 image, picture, display
hình ảnh, ảnh

このパソコンは画像がとてもきれいだ。
がぞう

The display on this computer is really clear.
Hình ảnh của máy vi tính này rất đẹp.

➕ 映像 image, video / hình ảnh, phim
えいぞう

👉 Generally speaking, 画像 is used for still images, while 映像 is used for moving images.
Thông thường, " 画像 " chỉ hình ảnh tĩnh, " 映像 " chỉ hình ảnh động.

736
挿入 〈する〉
そうにゅう

名 insertion
sự chèn

画像を挿入して、おもしろいメールを送った。
がぞう　そうにゅう　　　　　　　　　　おく

I sent an interesting e-mail with an inserted image.
Tôi chèn hình ảnh vào, gửi đi một e-mail thú vị.

737 添付 〈する〉
てんぷ

名 attachment
sự đính kèm

ファイルを添付して、送信した。
てんぷ　　　　そうしん

I attached a file and sent the e-mail.
Tôi gửi đính kèm file.

➕ 添付ファイル attached file / file đính kèm
てんぷ

738 削除 〈する〉
さくじょ

名 deletion
sự xóa bỏ

昨日のメールは、削除してください。
きのう　　　　　　　　　さくじょ

Please delete yesterday's e-mail.
Hãy xóa e-mail ngày hôm qua đi!

739 保存 〈する〉
ほぞん

名 saving
lưu

好きな写真を何枚か保存した。
す　　しゃしん　なんまい　ほぞん

I saved several of the pictures I liked.
Tôi lưu một số bức ảnh mà tôi thích.

740 新規作成 〈する〉
しんきさくせい

名 new file
sự lập mới, làm mới

ファイルを新規作成したが、保存し忘れた。
しんきさくせい　　　　ほぞん　わす

I made a new file, but I forgot to save it.
Tôi lập file mới nhưng quên không lưu.

741 完了 〈する〉
かんりょう

名 completion
sự hoàn thành, hoàn tất

データの送信が完了して、安心した。
そうしん　かんりょう　あんしん

I was relieved to have finished sending the data.
Tôi yên tâm vì đã hoàn tất việc gửi dữ liệu đi.

742 ブログ

名 blog
trang blog

友だちのブログは、毎日更新されている。
とも　　　　　　　まいにちこうしん

My friend's blog is updated every day.
Trang blog của bạn tôi được cập nhật hàng ngày.

743 マウス

名 mouse
chuột máy tính

パソコンは古いが、マウスは新しい。
ふる　　　　　　　　あたら

The computer is old, but the mouse is new.
Máy vi tính cũ nhưng chuột mới.

744 クリック 〈する〉

名 click
sự nhấp chuột, kích chuột

ここをクリックすると、画面が変わる。
がめん　か

If you click here, the screen will change.
Nếu kích chuột vào chỗ này thì màn hình sẽ thay đổi.

745 プロバイダー

引っ越ししたので、プロバイダーに連絡した。

名 **provider**
nhà cung cấp mạng

I moved, so I contacted the Internet provider.
Tôi chuyển nhà nên đã liên lạc với nhà cung cấp mạng.

746 ダウンロード〈する〉

便利なソフトウェアを、無料でダウンロードした。

名 **download**
sự tải xuống

I downloaded some useful software for free.
Tôi đã tải xuống miễn phí một phần mềm tiện lợi.

↔ アップロード〈する〉　➕ インストール〈する〉 installation / sự cài đặt

747 ノートパソコン

私はこのノートパソコンを、8年も使っている。

名 **notebook computer, laptop**
máy tính xách tay

I've been using my notebook computer for eight years now.
Tôi đã dùng cái máy vi tính xách tay này những 8 năm rồi.

➕ デスクトップ（パソコン） desktop computer / máy vi tính để bàn

これも
覚えよう！ ❷

	職業 Occupation / Nghề nghiệp
エンジニア	engineer / kỹ sư
デザイナー	designer / nhà thiết kế
作家	writer / nhà văn
画家	painter / họa sỹ
政治家	politician / chính trị gia
弁護士	lawyer / luật sư
医者	doctor / bác sỹ
学者	scholar / học giả
警察官	police officer / cảnh sát
消防士	firefighter / nhân viên cứu hỏa
美容師	hair stylist / thợ làm đầu
ジャーナリスト	journalist / phóng viên
保育士	childcare worker / cô nuôi dạy trẻ
公務員	public servant / công chức
歌手	singer / ca sỹ
俳優	actor / diễn viên
タレント	talent / nghệ sỹ truyền hình
プロスポーツ選手	professional athlete / vận động viên thể thao chuyên nghiệp

楽しいこと
たの

Fun Things
Những điều vui

旅行
りょこう

Travel / Du lịch

748

日にち
ひ

名 **day, the number of days**
ngày

ツアーの申し込みの締め切りまで日にちがない。
もう　こ　　　し　き　　　　　　　ひ

There aren't many days left until the deadline for the tour applications.

Chẳng còn bao nhiêu ngày là đến hạn chót đăng ký chuyến du lịch.

749

日帰り
ひ が え

名 **day trip**
đi về trong ngày

大阪に日帰りで出張する。
おおさか　ひ が え　　しゅっちょう

I'm going on a one-day business trip to Osaka.

Tôi đi công tác Osaka về trong ngày.

➕ 日帰り旅行 day trip / du lịch đi về trong ngày
ひ が え りょこう

750

泊まり
と

名 **staying at**
trọ, nghỉ

土曜日に、泊まりで温泉に行った。
ど よう び　　　と　　　　おんせん　い

I went and stayed at a hot springs resort on Saturday.

Thứ bảy tôi đã đi tắm suối nóng và nghỉ lại.

➕ 泊まる to stay at / trọ, nghỉ
と

751

宿泊 〈する〉
しゅくはく

名 **lodging**
sự trọ, nghỉ

交通費と宿泊代で、5万円くらいかかる。
こうつう ひ　しゅくはくだい　　ご まんえん

Travel fees and lodging expenses cost about 50,000 yen.

Tiền đi lại và tiền trọ mất khoảng 50 nghìn yên.

752

滞在 〈する〉
たいざい

名 **stay**
ở, lưu trú

アメリカに滞在中、友だちと会う予定だ。
たいざいちゅう　とも　　あ　よ てい

While staying in America, I plan to meet my friend.

Tôi dự định gặp bạn bè trong thời gian ở Mỹ.

753

団体
だんたい

名 **group, organization**
đoàn

団体で旅行するときは、時間を守ってください。
だんたい　りょこう　　　　　　　じ かん　まも

When traveling as a group, please try to be on time.

Khi đi du lịch theo đoàn, hãy tuân thủ thời gian!

↔ 個人　➕ 団体旅行 group travel / du lịch theo đoàn
こ じん　　　だんたいりょこう

754

ツアー

母と日帰りのバスツアーに参加した。
はは　ひがえ　　　　　　　　　　さんか

名　tour
chuyến du lịch

I went on a day-trip bus tour with my mother.
Tôi tham gia chuyến du lịch bằng xe buýt đi về trong ngày cùng mẹ.

➕ 日帰りツアー day tour / chuyến du lịch đi về trong ngày ・
ひがえ
温泉ツアー hot springs tour / chuyến du lịch suối nước nóng
おんせん

755

あちこち

留学中、日本のあちこちを旅行した。
りゅうがくちゅう　にほん　　　　　　　りょこう

名　here and there
đó đây, khắp nơi

While studying abroad, I traveled here and there around Japan.
Trong thời gian du học tôi đã đi khắp đó đây trong nước Nhật.

🟰 あちらこちら

756

観光 〈する〉
かんこう

出張ではなく、観光でヨーロッパに行きたい。
しゅっちょう　　　　　かんこう　　　　　　　　　い

名　sightseeing
sự du lịch, tham quan

I want to go to Europe for sightseeing, and not on a business trip.
Tôi muốn đến châu Âu không phải là đi công tác mà là đi du lịch.

➕ 観光客 tourist / khách tham quan, khách du lịch ・観光地 tourist site / khu du lịch ・
かんこうきゃく　　　　　　　　　　　　　　　　　　　　　かんこうち
観光スポット tourist spot / điểm du lịch
かんこう

757

費用
ひよう

家族みんなで旅行すると、費用がかかる。
かぞく　　　　　りょこう　　　　ひよう

名　expense, cost
phí, chi phí

It costs a lot of money for my family to go on a trip together.
Nếu đi du lịch cả gia đình thì chi phí tốn kém.

758

予算
よさん

一人10万円の予算で、海外旅行を考えている。
ひとり　まんえん　よさん　　かいがいりょこう　かんが

名　budget
kinh phí, ngân sách

I'm thinking about going on an overseas trip with a budget of about 100,000 yen per person.
Tôi đang tính đi du lịch nước ngoài với kinh phí 100 nghìn yên một người.

759

集合 〈する〉
しゅうごう

空港のロビーに、10時に集合してください。
くうこう　　　　　　　　　じ　しゅうごう

名　gathering
sự tập trung, tập hợp

Please gather in the lobby of the airport at 10:00.
Hãy tập trung tại sảnh sân bay lúc 10 giờ!

748 · 871

760 解散 〈する〉
かいさん

名 breaking up
sự giải tán

帰りは空港で解散する。
かえ　くうこう　かいさん

When we return, our group will disband at the airport.
Lúc về chúng tôi giải tán ở sân bay.

761 旅館
りょかん

名 Japanese-style inn
lữ quán (khách sạn kiểu Nhật)

あの旅館に、ぜひ泊まってみたい。
りょかん　　　　　　と

I definitely want to stay at that Japanese inn.
Tôi rất muốn thử trọ ở lữ quán đó.

762 五つ星ホテル
いつ　ぼし

名 five-star hotel
khách sạn 5 sao

初めて五つ星ホテルに泊まる。
はじ　いつ　ぼし　　　　と

I'm going to stay at a five-star hotel for the first time.
Lần đầu tiên nghỉ ở khách sạn 5 sao.

➕ 三つ星レストラン three-star restaurant / nhà hàng 3 sao
み　ぼし

763 満室
まんしつ

名 all rooms full, no vacancy
hết phòng

あのホテルは満室で、予約できなかった。
まんしつ　よやく

That hotel didn't have any vacancies, so I couldn't make a reservation.
Khách sạn ấy không thể đặt được vì hết phòng.

764 チェックイン 〈する〉

名 check in
thủ tục nhận phòng

この旅館は、3時以降にチェックインできる。
りょかん　じいこう

At this Japanese-style inn, you can check in after 3:00.
Lữ quán này có thể làm thủ tục nhận phòng từ 3 giờ trở đi.

↔ チェックアウト 〈する〉

765 近づく
ちか

動 to get close to, to approach
đến gần

帰る日が近づくと、さびしくなる。
かえ　ひ　ちか

As my return date approaches, I feel a little sad.
Ngày về đến gần, tôi trở nên buồn.

766 取り消す
と　け

動 to cancel, to retract
hủy

体の具合がよくないので、予約を取り消した。
からだ　ぐあい　　　　　　　よやく　と　け

My body is not feeling so good, so I canceled my reservation.
Cơ thể không được khỏe nên tôi đã hủy đặt chỗ.

🟰 キャンセルする　➕ 取り消し cancellation, retraction / hủy
と　け

767

追加〈する〉
ついか

名 addition
sự bổ sung, thêm

東京行きの切符を、1枚追加できますか。
とうきょう/ゆ　　きっぷ　　　　まいついか

Can I get one additional ticket to Tokyo?
Có thể thêm một vé đi Tokyo nữa không?

768

持ち物
も　もの

名 one's belongings,
personal effects
đồ mang đi

忘れ物がないか、持ち物をチェックする。
わす　もの　　　　　　も　もの

Please check your belongings to make sure you haven't
forgotten anything.
Tôi kiểm tra lại đồ mang đi xem có quên thứ gì không.

769

足りる
た

動 to be sufficient, to be
enough
đủ

行きたい場所が多くて、4日では足りない。
い　　　ばしょ　おお　　　よっか　　　た

There are so many places I want to go to that four days
wouldn't be enough.
Có nhiều nơi tôi muốn đi nên 4 ngày là không đủ.

770

スーツケース

名 suitcase
va li

お土産をたくさん買って、スーツケースが重い。
みやげ　　　　　か　　　　　　　　　　　おも

I bought a lot of souvenirs, so my suitcase is really heavy.
Tôi mua nhiều quà nên va li nặng.

771

使用〈する〉
しよう

名 usage
việc sử dụng

このカードは、日本では使用できない。
にほん　　しよう

You can't use this credit card in Japan.
Thẻ này không sử dụng được ở Nhật Bản.

772

船旅
ふなたび

名 boat trip
du lịch tàu thủy

私は一度も船旅をしたことがない。
わたし　いちど　ふなたび

I've never been on a boat trip.
Tôi chưa từng đi du lịch tàu thủy bao giờ

➕ 船便 surface mail, sea mail / gửi đường biển
ふなびん

773

時差
じさ

名 time difference
chênh lệch múi giờ

日本に戻ってから、時差でずっと眠い。
にほん　もど　　　　　じさ　　　　　ねむ

Since coming back to Japan, I've been tired for a while
due to the time difference.
Sau khi quay lại Nhật Bản, do chênh lệch múi giờ tôi cứ
buồn ngủ suốt.

➕ 時差ぼけ jet-lag / mệt mỏi do chênh lệch múi giờ
じさ

774 両替 〈する〉
りょうがえ

名 **money exchange**
sự đổi tiền

両替は、空港でもホテルでもできる。
りょうがえ　　くうこう

You can exchange money at the airport or the hotel.
Có thể đổi tiền ở sân bay hoặc ở khách sạn đều được.

775 ドル

名 **dollar**
đô la Mỹ

日本円をドルに両替して、海外へ持って行く。
にほんえん　　　　りょうがえ　　かいがい　も　　い

I'm going to exchange Japanese yen into dollars and take them with me abroad.
Tôi đổi tiền yên ra đô la Mỹ để đem đi nước ngoài.

➕ ユーロ euro / euro・ポンド pound / bảng Anh・元 yuan / Nhân dân tệ
げん

776 来日 〈する〉
らいにち

名 **going to Japan**
đến Nhật Bản

来月、友だちが初めて来日する。
らいげつ　とも　　はじ　　らいにち

Next month, my friend is coming to Japan for the first time.
Tháng sau, bạn tôi lần đầu tiên đến Nhật Bản.

🟰 訪日 〈する〉
ほうにち

スポーツ

Sports / Thể thao

777

競争 〈する〉
きょうそう

子どものころから競争が好きだった。
こ　　　　　　　きょうそう　す

名 **competition**
sự cạnh tranh

I've liked competition since I was a child.
Từ hồi bé tôi đã thích cạnh tranh.

778

活躍 〈する〉
かつやく

有名なサッカーチームに入って活躍したい。
ゆうめい　　　　　　　　　　はい　　かつやく

名 **being active, flourishing**
hoạt động tích cực

I want to join a famous soccer team and be successful.
Tôi muốn vào đội bóng đá nổi tiếng để hoạt động tích cực.

779

ウェア

スポーツを始めるなら、まずウェアが必要だ。
はじ　　　　　　　　　　　　　　ひつよう

名 **wear**
quần áo, trang phục

If you're going to start doing sports, you will need some sportswear to begin with.
Nếu muốn bắt đầu chơi thể thao thì trước tiên cần phải có trang phục.

➕ スポーツウェア sportswear / trang phục thể thao・メンズウェア men's wear / trang phục nam・レディースウェア lady's wear / trang phục nữ

780

ける

試合に出たが、ボールをけるチャンスがなかった。
しあい　で

動 **to kick**
đá

I played in the game but didn't get a chance to kick the ball.
Tôi đã tham gia trận đấu nhưng không có cơ hội đá bóng.

781

ホームラン

これで、今日3本目のホームランだ。
きょう　ほんめ

名 **homerun**
đánh bóng ra ngoài sân

This is the third homerun today.
Hôm nay đây là lần thứ ba đánh bóng ra ngoài sân.

782

打つ
う

兄が初めてのヒットを打った。
あに　はじ　　　　　　　う

動 **to hit, to strike**
đánh

My older brother got his first hit.
Anh trai tôi lần đầu tiên đánh trúng bóng.

783

前半
ぜんはん

名 **first half**
hiệp đầu, nửa đầu

サッカーの試合の前半は、0点で終わった。
しあい　　ぜんはん　　　れいてん　お

The score in the first half of soccer game was zero.
Hiệp đầu trận đấu bóng đá đã kết thúc mà không có bàn thắng nào.

⬅➡ 後半
こうはん

784

ポイント

名 **point**
điểm

両チーム、どちらも強くて、なかなかポイントが入らない。
りょう　　　　　　　　　　　　　　つよ　　　　　　　　　　　　　　　　　はい

Both teams are good, so there hasn't been much scoring.
Cả hai đội đều mạnh nên mãi không ghi được điểm nào.

👉 点 can also be used / Cũng còn gọi là " 点 "

785

引き分け
ひ　わ

名 **draw**
hòa

昨日のサッカーの試合は、引き分けだった。
きのう　　　　　　　　　　しあい　　　ひ　わ

Yesterday's soccer match was a tie.
Trận bóng đá hôm qua có tỷ số hòa.

786

運動会
うんどうかい

名 **sports day**
Ngày hội thể thao

10月に、学校で運動会がある。
がつ　　　がっこう　うんどうかい

In October, there is sports day at school.
Vào tháng 10, tại các trường học diễn ra ngày hội thể thao.

787

大声
おおごえ

名 **loud voice, big voice**
tiếng to, hô to, hò hét

大声で、兄のチームを応援した。
おおごえ　　あに　　　　　　おうえん

I cheered for my older brother's team in a loud voice.
Tôi hò hét để ủng hộ đội của anh trai.

788

思い切り
おも　き

副 **with all one's might**
hạ quyết tâm

今日は思い切りやって、優勝しよう。
きょう　おも　き　　　　　　　　ゆうしょう

Today, let's give it all our might and win the tournament.
Hôm nay hãy hạ quyết tâm vô địch nào!

➕ 思い切る to do something with all one's might / hạ quyết tâm
おも　き

789

ペース

名 **pace**
tốc độ

あの選手は30キロ走っても、ペースが落ちない。
せんしゅ　さんじゅっ　はし　　　　　　　　　　　　お

That runner's pace doesn't drop, even after running 30 kilometers.
Vận động viên ấy chạy 30km cũng không bị giảm tốc độ.

➕ マイペース at one's own pace / theo ý mình ・ ハイペース at a high/fast pace / tốc độ cao

790 ☐	ゴール 〈する〉	マラソンで、5時間かかってゴールした。 じかん
名	goal đích	In the marathon, it took five hours to get to the goal. Trong cuộc chạy marathon, tôi đã mất 5 tiếng để chạy về tới đích.
791 ☐	拍手 〈する〉 はくしゅ	最後の選手がゴールしたとき、みんなが大きな さいご　せんしゅ　　　　　　　　　　　　　　おお 拍手を送った。 はくしゅ　おく
名	clapping, applause vỗ tay	When the final runner reached the goal, everyone gave the runner great applause. Khi vận động viên cuối cùng về đến đích, mọi người làm một tràng vỗ tay lớn cổ vũ.
792 ☐	ライバル	ライバルには、ぜったいに負けたくない。 ま
名	rival đối thủ	I definitely don't want to lose to my rival. Tôi tuyệt đối không muốn thua đối thủ.

= 競争相手
きょうそうあいて

793 ☐	握手 〈する〉 あくしゅ	試合のあとで、相手の選手と握手した。 しあい　　　　　あいて　せんしゅ　あくしゅ
名	shaking hands bắt tay	After the match, I shook hands with my opponent. Sau trận đấu, tôi đã bắt tay vận động viên đối phương.
794 ☐	惜しい お	1秒の違いで負けるなんて、本当に惜しい。 びょう　ちが　ま　　　　　　　ほんとう　お
イ形	regrettable, disappointing tiếc, đáng tiếc	It's really disappointing to lose by just one second. Chênh nhau có một giây thôi mà thua, thật là tiếc.
795 ☐	すばやい	弟はすばやくて、サッカーが得意だ。 おとうと　　　　　　　　　　　とくい
イ形	fast, quick, swift nhanh nhẹn	My younger brother is really quick, and he's good at soccer. Em trai tôi nhanh nhẹn, giỏi bóng đá.
796 ☐	体操 〈する〉 たいそう	小学生のときは、体操クラブに入っていた。 しょうがくせい　　　　たいそう　　　　　はい
名	gymnastics thể dục	When I was in elementary school, I was in the gymnastics club. Hồi học tiểu học, tôi vào câu lạc bộ thể dục.

➕ 新体操 rhythmic sportive gymnastics / môn thể dục dụng cụ
しんたいそう

797 ☐	トレーニング〈する〉	毎日授業のあと、3時間トレーニングしている。 まいにちじゅぎょう　　　　じかん
名	**training** **luyện tập**	Every day after class, I do three hours of training. Hàng ngày sau buổi học trên lớp, tôi tập luyện 3 tiếng.

798 ☐	日課 にっか	私の日課は、朝のジョギングだ。 わたし　にっか　　あさ
名	**daily routine** **việc thường làm hàng ngày**	Running in the morning is my daily routine. Việc thường làm hàng ngày của tôi là chạy bộ buổi sáng.

799 ☐	キャプテン	高校3年のとき、キャプテンだった。 こうこう　ねん
名	**captain** **đội trưởng**	When I was in my third year of high school, I was a captain. Hồi học cấp ba năm lớp 12, tôi là đội trưởng.

800 ☐	プロ	弟は、プロのスポーツ選手になるのが夢だ。 おとうと　　　　　　　せんしゅ　　　　ゆめ
名	**professional, pro** **chuyên nghiệp**	My younger brother's dream is to become a professional sports athlete. Em trai tôi mơ ước trở thành vận động viên thể thao chuyên nghiệp.

＝ プロフェッショナル　**⬌** アマ（チュア）

801 ☐	プレー〈する〉	大好きな選手が、アメリカでプレーしている。 だいす　せんしゅ
名	**playing** **chơi**	My favorite athlete is playing in America. Vận động viên mà tôi yêu thích đang chơi ở Mỹ.

＋ ファインプレー a fine play / chơi đẹp

802 ☐	ファン	私は彼の大ファンで、ずっと応援している。 わたし　かれ　だい　　　　　　　おうえん
名	**fan** **fan hâm mộ**	I'm a big fan of his, and I have rooted for him for quite a while. Tôi là một fan hâm mộ lớn của anh ta, tôi ủng hộ anh ta suốt.

803 ☐	引退〈する〉 いんたい	好きなラグビー選手が引退してしまった。 す　　　　　　　せんしゅ　いんたい
名	**retirement** **sự giải nghệ, rút lui**	One of the rugby players I liked retired. Vận động viên bóng bầu dục tôi yêu thích đã giải nghệ mất rồi.

804 水着
みずぎ

新しい水着を旅行に持って行った。
あたら　　みずぎ　りょこう　も　　い

名 swimsuit, bathing suit | I took my new swimsuit with me on my trip.
quần áo tắm, quần áo bơi | Tôi đã đem bộ đồ tắm mới đi du lịch.

748 - 871

ファッション

Fashion / Thời trang

---

805 おしゃれ
〈な / する〉

学生時代からおしゃれが大好きだった。(名)
渋谷はおしゃれな街だ。(ナ形)

名 / ナ形
fashionable
sự ăn diện, sành điệu
(diện, sang trọng)

I've liked being fashionable since I was a college student.
Shibuya is a fashionable town.
Tôi thích ăn diện từ hồi sinh viên.
Shibuya là khu phố sành điệu.

---

806 好む

姉はイタリアのバッグを好んで買っている。

動
to favor, to like
thích, chuộng

My older sister likes buying Italian bags.
Em gái tôi thích mua túi xách của Ý.

---

807 好み

このコートは、色もデザインも私の好みだ。

名
liking
sở thích, gu

The color and design of this coat is to my liking.
Chiếc áo khoác này màu sắc cũng như thiết kế đều thuộc
sở thích của tôi.

➕ タイプ type / kiểu, gu

---

808 流行 〈する〉

雑誌を読むと、今年の流行がよくわかる。

名
**being popular, be in
fashion**
sự thịnh hành, lưu
hành, mốt

When I read magazines, I can find about what's in fashion
this year.
Nếu đọc tạp chí thì hiểu được rõ mốt năm nay.

➕ 流行語 buzzword, popular word or phrase / từ thịnh hành ·
流行色 color in fashion, popular color / màu thịnh thành

---

809 はやり

今年はグリーンが、はやりのようだ。

名
fad, craze
thịnh hành, mốt

It seems that green is in fashion this year.
Năm nay, màu xanh lá hình như là mốt.

➕ はやる to be in fashion / thịnh hành, mốt

👉 Both 流行〈する〉 and はやる can also be used to mean the spread of a disease. / Cả từ
" 流行〈する〉" lẫn từ " はやる " đều không chỉ dùng cho thời trang mà cả cho bệnh tật.

810
☐ カタログ

買い物に行けないので、カタログで洋服を買う。
か もの い ようふく か

名 catalogue
sách mẫu (hàng hóa,
quần áo)

I can't go shopping, so I buy clothes from catalogues.
Tôi không đi mua sắm được nên mua quần áo trên
cataloge.

811
☐ サンプル

デパートで、化粧品のサンプルをもらった。
けしょうひん

名 sample
mẫu

I received a sample of beauty products at the department store.
Ở trung tâm thương mại, tôi được cho mẫu mỹ phẩm dùng
thử.

■ 見本
みほん

812
☐ 探す
さが

ずっと、こんなバッグを探していた。
さが

動 to look for, to seek
tìm

I've been looking for a bag like this for a while now.
Tôi tìm suốt cái túi như thế này.

813
☐ 似合う
に あ

彼にグリーンが似合うと言われた。
かれ に あ い

動 to suit, to go well with
hợp

My boyfriend said that green suits me.
Anh ấy nói màu xanh lá hợp với tôi.

814
☐ ぴったり〈する〉

①このスカートは、私にぴったりのサイズだ。
わたし

②このバッグは、私のコートにぴったりだ。
わたし

副 fit just right
sự vừa khít, phù hợp

① This skirt is just the right size for me.
② This bag matches my coat perfectly.
① Cái váy này vừa khít cỡ của tôi.
② Cái túi này rất hợp với cái áo khoác của tôi.

👉 ① no gap or unneeded space ② to match, to go together
① Không có chỗ trống ② hợp

815
☐ 高級 〈な〉
こうきゅう

友だちは、いくつも高級なバッグを持っている。
とも こうきゅう も

(ナ形)

名
ナ形 high grade, high quality
sự cao cấp (cao cấp)

My friend has many high quality bags.
Bạn tôi lúc nào cũng mang túi cao cấp.

➕ 一流 first-class / hàng đầu
いちりゅう

816

☐

名 | **brand, brand name** | ブランド | ボーナスで、ブランドのバッグを買った。 |
hàng hiệu

名 | **brand, brand name**
hàng hiệu | I bought a brand-name bag with my bonus.
Tôi mua chiếc túi hàng hiệu bằng tiền thưởng.

➕ 高級ブランド high quality brand, top brand / hàng hiệu cao cấp ・
有名ブランド famous brand / hàng hiệu nổi tiếng

817

☐

本物
ほんもの

名 | **real thing, authentic thing**
đồ thật | あの店で売っている時計は、本物だ。

The clocks sold at that store are authentic.
Đồng hồ bán ở cửa hàng đấy là hàng thật.

818

☐

にせ物
もの

名 | **fake, imitation**
hàng giả | 本物にそっくりのにせ物に注意してください。

Please be careful of imitations that look just like the real thing.
Hãy cẩn thận với hàng giả giống hệt hàng thật.

➕ にせ札 counterfeit bill / tiền giả

819

☐

保証〈する〉
ほ しょう

名 | **guarantee**
sự bảo đảm | この商品は、100 パーセント本物だと保証します。

We guarantee that this product is 100 percent authentic.
Sản phẩm này bảo đảm là hàng thật 100%.

➕ 保証書 warranty / giấy bảo hành

820

☐

バーゲンセール

名 | **bargain sale**
bán hạ giá | このくつは、バーゲンセールで半額だった。

These shoes were half price at a bargain sale.
Đôi giày này bán trong đợt hạ giá có nửa giá.

🟰 バーゲン

821

☐

取り替える
と か

動 | **to exchange, to replace**
thay, đổi | このシャツは汚れているので、取り替えてください。

This shirt is unclean, so please exchange it.
Chiếc áo sơ mi này bị bẩn nên hãy đổi cho tôi cái khác!

822

☐

はめる

動 | **to put on, to place on**
đeo, xỏ | 結婚指輪は左の薬指にはめる。

Wedding rings go on the left ring finger.
Xỏ nhẫn cưới vào ngón áp út của tay trái.

823 外す
はず

動　to take off, to remove
tháo, rời

①指輪を外して、なくさないように箱に入れる。
ゆびわ　　はず　　　　　　　　　　　　　　　はこ　い
②田中部長は、席を外しています。
たなかぶちょう　　せき　はず

① I take off my ring and put it in a box so I don't lose it.
② Department head Tanaka is away from his desk.
① Tôi tháo nhẫn, bỏ vào hộp để khỏi mất.
② Trưởng phòng Tanaka rời chỗ đi ra ngoài.

➕ ①（指輪が）外れる to come off, to come undone / tuột, rời
ゆびわ　　はず

👉 ① to take off something one is wearing ② to be away from a given area
① Dỡ đồ đang đeo ra ② Rời khỏi chỗ đó

824 カット〈する〉

名　cutting
việc cắt (tóc)

夏になったら、髪をカットしたい。
なつ　　　　　　かみ

I want to get my hair cut when it becomes summer.
Đến hè tôi muốn cắt tóc.

825 パーマ

名　perm
uốn (tóc)

たまにはパーマをかけて、気分を変えよう。
きぶん　か

Once in a while, I get a perm to change my mood.
Thi thoảng hãy uốn tóc để thay đổi tâm trạng.

826 染める
そ

動　to dye
nhuộm

髪を明るい色に染めた。
かみ　あか　いろ　そ

I dyed my hair a bright color.
Tôi đã nhuộm tóc sang màu sáng.

827 サイズ

名　size
cỡ

このデザインの、ほかのサイズはありますか。

Do you have this design in another size?
Còn cỡ khác của mẫu mã này không?

748・871

おしゃれ

Fashionable / Ăn diện

---

828 夏物
なつもの

名 summer goods
đồ mùa hè

暖かくなってきたので、そろそろ夏物を出そう。
あたた

The weather has gotten warmer, so it's about time I got out my summer goods.
Trời bắt đầu ấm áp nên hãy chuẩn bị bỏ đồ mùa hè ra thôi.

---

829 冬物
ふゆもの

名 winter goods
đồ mùa đông

暖かくなってきたので、冬物をしまおう。
あたた

It's gotten warm, so let's put the winter goods away.
Đã ấm lên rồi, cất đồ mùa đông đi thôi.

---

830 上着
うわぎ

名 upper garment, jacket
áo khoác

もう春だ。うすい上着がほしい。
はる

It's already spring. I want a light jacket.
Đã sang mùa xuân rồi. Tôi muốn có cái áo khoác mỏng.

---

831 婦人服
ふじんふく

名 women's clothing
quần áo nữ

婦人服売り場は３階だ。
ふじんふく う ば がい

Women's clothing is on the third floor.
Quầy bán quần áo nữ ở tầng 3.

➕ レディース（ファッション） women's (fashion) / nữ (thời trang)

---

832 紳士服
しんしふく

名 men's wear
quần áo nam

最近は、おしゃれな紳士服が増えた。
さいきん しんしふく ふ

Lately, fashionable men's wear has increased.
Gần đây quần áo nam sành điệu tăng lên.

➕ メンズ（ファッション） men's (fashion) / nam (thời trang)

---

833 ジーンズ

名 jeans
quần bò, quần jean

私の会社では、ジーンズは禁止されている。
わたし かいしゃ きんし

Jeans are prohibited at my company.
Ở công ty tôi, quần bò bị cấm.

➕ ジーパン jean pants / quần bò, quần jean

834

パンツ

スカートより、パンツのスーツが好きだ。

名 **pants**
quần

I like pantsuits more than skirts.
Tôi thích áo vest đi với quần hơn là váy.

👉 パンツ can also mean underwear / Từ " パンツ " còn có nghĩa là quần lót.

835

イヤリング

会社に、小さいイヤリングをして行く。

名 **clip-on earring**
hoa tai (xỏ lỗ tai)

I wear small clip-on earrings to work.
Tôi đeo hoa tai nho nhỏ đến công ty.

➕ ピアス earring / hoa tai (kẹp)

836

ネックレス

パーティーに、ダイヤのネックレスをして行く。

名 **necklace**
dây chuyền

I'm going to wear a diamond necklace to the party.
Tôi diện dây chuyền kim cương đi dự tiệc.

➕ ペンダント pendant / dây chuyền (có mặt)

837

宝石

宝石は高くて買えない。

名 **precious gem**
đá quý

Precious gems are too expensive for me to buy.
Đá quý đắt, không thể mua được.

838

スカーフ

ブランドのスカーフを何枚か持っている。

名 **scarf**
khăn quàng mỏng

I have several brand-name scarves.
Tôi có mấy cái khăn hàng hiệu.

839

手袋

今年、新しい手袋を買った。

名 **glove**
găng tay

This year, I bought some new gloves.
Năm nay tôi mua găng tay mới.

840

マフラー

寒い日でも、マフラーがあれば暖かい。

名 **scarf, muffler**
khăn choàng

Even on cold days, it's warm if you have a scarf.
Cho dù là ngày lạnh nhưng nếu có cái khăn sẽ ấm.

748 - 871

841 [お]化粧〈する〉
けしょう

名 **makeup**
trang điểm

出かけるときは、必ず化粧をする。
で　　　　　　　かなら　けしょう

Whenever I go out, I always put on makeup.
Khi đi ra ngoài, tôi dứt khoát trang điểm.

■ メイク〈する〉　　＋ 化粧品 cosmetics, beauty products / đồ trang điểm, mỹ phẩm
けしょうひん

☞ Can also be written as メーク〈する〉/ Cũng có khi viết là "メーク〈する〉"

---

842 口紅
くちべに

名 **lipstick**
son

季節によって口紅を変えている。
きせつ　　　　くちべに　か

I change my lipstick depending on the season.
Tôi thay đổi son tùy theo mùa.

☞ リップ（スティック）can also be used to mean lipstick.
Có khi dùng từ "リップ（スティック）" với nghĩa là "son".

---

843 まつ毛
げ

名 **eyelash**
lông mi

彼女はまつ毛が長くて、かわいい。
かのじょ　　　げ　　　なが

Her eyelashes are long and she's cute.
Cô ấy có lông mi dài dễ thương.

＋ まゆ毛 eyebrow / lông mày
げ

---

844 ほほ

名 **cheek**
má

彼女のほほは、ピンクでかわいい。
かのじょ

Her cheeks are pink and cute.
Má của cô ấy hồng dễ thương.

■ ほお

---

845 つめ

名 **nail**
móng

つめの色を変えると、気分が変わる。
いろ　か　　　　きぶん　か

Changing your nail color can also change your mood.
Khi thay đổi màu móng, tâm trạng sẽ thay đổi.

■ ネイル　　＋ マニキュア manicure / sơn móng, làm móng

---

846 香水
こうすい

名 **perfume**
nước hoa

この香水は少し匂いが強い。
こうすい　すこ　にお　つよ

The smell of this perfume is a little strong.
Nước hoa này mùi hơi mạnh.

---

847 古着
ふるぎ

名 **used clothing**
quần áo cũ

古着が好きで、よくこの店に寄る。
ふるぎ　す　　　　　　みせ　よ

I like used clothing, so I often stop by this store.
Tôi thích quần áo cũ nên hay ghé vào cửa hàng này.

848 革
かわ

名 **leather**
da

このくつは、とてもいい革でできている。
かわ

These shoes are made from very good leather.
Đôi giày này làm bằng loại da rất tốt.

➕ 皮 hide, skin / da
かわ

👉 革 is used for things made from animal skin like bags or shoes, while 皮 is used to mean skin for not only animals, but also things like fruits and vegetables.
Từ " 革 " là thứ được gia công từ da động vật để làm túi, giày. Còn từ " 皮 " ngoài động vật ra còn dùng cho rau củ quả.

849 ベルト

名 **belt**
thắt lưng, dây lưng

ブランドのベルトを、父にプレゼントした。
ちち

I gave my father a brand-name belt as a present.
Tôi tặng bố một cái thắt lưng hàng hiệu.

850 そで

名 **sleeve**
tay áo

会社の冷房が強いので、長そでを着ている。
かいしゃ れいぼう つよ なが き

The air conditioning at my office is strong, so I wear a long-sleeve shirt.
Máy lạnh của công ty mạnh nên tôi mặc áo dài tay.

➕ 半そで short sleeve / cộc tay・ノースリーブ sleeveless / không tay
はん

851 ショップ

名 **shop**
cửa hàng, shop

近くに、とてもおしゃれなショップができた。
ちか

A very fashionable shop has opened nearby.
Ở gần đây mới mở một cửa hàng lộng lẫy.

🟰 店
みせ

➕ 100円ショップ 100-yen shop / cửa hàng 100 yên・ペットショップ pet shop /
ひゃく えん
cửa hàng thú cưng・コーヒーショップ coffee shop / shop cà phê

Section **5**

趣味
しゅみ

Hobbies / sở thích

852
☐
気に入る
き　　い

動　**to be pleased with, to like**
thích, ưa

私は、この画家の絵が気に入っている。
わたし　　　　　　　　　が か　　え　　　き　　い

I like this painter's pictures.
Tôi ưa tranh của họa sỹ này.

853
☐
お気に入り
き　い

名　**favorite**
thích, ưa

ドラマで見てから、この俳優がお気に入りだ。
み　　　　　　　　　はいゆう　　　　き　　い

After seeing him in a TV drama, this actor has become one of my favorites.
Sau khi nhìn thấy trên phim, tôi thích diễn viên này.

854
☐
芸術
げいじゅつ

名　**art, the arts**
nghệ thuật

日本の芸術に興味がある。
に ほん　　げいじゅつ　きょうみ

I'm interested in Japanese art.
Tôi có hứng thú với nghệ thuật của Nhật Bản.

855
☐
絵画
かい が

名　**picture, painting**
hội họa, tranh vẽ

来年は、絵画教室に通うつもりだ。
らいねん　　　かい が きょうしつ　かよ

Next year, I intend to attend a painting class.
Sang năm tôi định sẽ đến lớp học hội họa.

➕ 画家 painter / họa sỹ
が か

856
☐
才能
さいのう

名　**talent, ability**
tài năng, năng khiếu

先生から、絵の才能があると言われた。
せんせい　　　　え　　さいのう　　　　　　い

My teacher told me that I have a talent for painting.
Thầy giáo nói rằng tôi có năng khiếu vẽ tranh.

➕ 天才 genius / thiên tài, tài năng, năng khiếu
てんさい

857
☐
けいこ〈する〉

名　**training, practice**
việc học (thường chỉ các môn ngoại khóa)

お茶のけいこを始めた。
ちゃ　　　　　　はじ

I've started to take lessons in tea ceremony.
Tôi bắt đầu học trà đạo.

858
☐
アニメ

日本のアニメは、世界中で見られている。
に ほん　　　　　　　せ かいじゅう　み

| 名 | anime
phim hoạt hình anime | Japanese anime is watched all over the world.
Phim hoạt hình anime Nhật Bản được xem trên khắp thế giới. |

■ アニメーション

859 読書 〈する〉
どくしょ

通勤時間に読書をしている。
つうきん じ かん　どくしょ

名 reading
việc đọc sách

I read books when commuting to work.
Tôi đọc sách trong thời gian di chuyển đến nơi làm.

860 おすすめ

何かおすすめの本は、ありませんか。
なに　　　　　　　ほん

名 suggestion
lời khuyên, tiến cử

Is there any book you recommend?
Có sách nào hay không?

➕ すすめる to suggest / khuyên, tiến cử

861 ストーリー

この小説のストーリーは、おもしろい。
しょうせつ

名 story
câu chuyện

The story of this novel is interesting.
Câu chuyện của cuốn tiểu thuyết này thú vị.

862 シリーズ

『スーパーマン』のシリーズは、全部見た。
ぜん ぶ み

名 series
tuyển tập, sê-ri

I've seen the entire Superman series.
Tôi đã xem toàn bộ tuyển tập "Siêu nhân".

863 名作
めいさく

この映画は名作だから、ぜひ見てください。
えい が　めいさく　　　　　　み

名 famous work,
masterpiece
tác phẩm nổi tiếng, tác phẩm xuất sắc

This movie is a masterpiece, so please watch it.
Bộ phim này là một tác phẩm nổi tiếng nên nhất định hãy xem nhé!

864 登場 〈する〉
とうじょう

この映画の最後のほうで、人気俳優が登場する。
えい が　さい ご　　　　にん き はいゆう　とうじょう

名 appearance, entrance
sự xuất hiện

Near the end of this movie, a famous actor makes an appearance.
Gần cuối bộ phim này, diễn viên được mọi người ưa thích xuất hiện.

865 好奇心
こう き しん

彼は好奇心が強くて、趣味が多い。
かれ　こう き しん　つよ　　　しゅ み　おお

名 curiosity
hiếu kỳ, tò mò

He is full of curiosity and has many hobbies.
Anh ấy rất tò mò và có nhiều sở thích.

748・871

866

コンクール

来年の絵画コンクールに、チャレンジする
つもりだ。

名 competition, contest
cuộc thi, giải thưởng
(thường về âm nhạc,
hội họa, điện ảnh)

I intend to try entering next year's painting contest.
Tôi định thử tham gia cuộc thi sáng tác tranh năm tới.

➕ コンテスト contest / cuộc thi

867

出品〈する〉
しゅっぴん

コンクールに出品する絵を選ぶ。

名 submit (a work/piece)
đưa tác phẩm đi tham
dự

I'm going to pick a painting that will be submitted to a
contest.
Chọn tranh để đưa đi tham dự cuộc thi sáng tác.

868

演奏〈する〉
えんそう

月に1回、ピアノの演奏を聞きに行く。

名 performance
sự biểu diễn

I go to hear a piano performance once a month.
Mỗi tháng một lần tôi đi nghe biểu diễn đàn piano.

869

イヤホン

ジョギング中に、イヤホンで音楽を聞いている。

名 earphones
tai nghe, dây nghe

I listen to music with my earphones while jogging.
Tôi nghe nhạc qua tai nghe trong lúc chạy bộ.

➕ ヘッドホン headphones / tai nghe (quàng qua đầu)

870

講演会
こうえんかい

興味があるテーマの講演会を聞きに行った。

名 lecture
buổi diễn thuyết

I went to hear a lecture about a theme that I was interested
in.
Tôi đi nghe một buổi diễn thuyết có chủ đề mà tôi quan tâm.

871

サークル

大学時代から、音楽のサークルに入っている。

名 circle, club
câu lạc bộ

I've been in a music circle since I was in university.
Tôi tham gia câu lạc bộ âm nhạc từ thời sinh viên.

➕ クラブ club / câu lạc bộ・サークル仲間 friend from a circle / bạn cùng câu lạc bộ・
テニスサークル tennis circle / câu lạc bộ quần vợt

健康のために
けんこう

For Health
Vì sức khỏe

体
からだ

Body / Cơ thể

872

身長
しんちょう

名 **height**
chiều cao

妹は、私より身長が3センチ高い。
いもうと わたし しんちょう たか

My younger sister's height is three centimeters taller than mine.

Em gái tôi cao hơn tôi 3 cm.

👉 For height, 高い is used, not 長い. / chiều cao không dùng " 長い " mà dùng " 高い "

873

伸びる
の

動 **to grow, to extend**
phát triển

弟は高校生で、まだ身長が伸びている。
おとうと こうこうせい しんちょう の

My younger brother is a high school student and is still growing in height.

Em trai là học sinh cấp 3 nên vẫn còn phát triển chiều cao.

➕ （〜を）伸ばす to grow, to stretch, to extend / kéo dài
の

874

測る
はか

動 **to measure**
đo

身長を測ったら、1年前より2センチ伸びていた。
しんちょう はか ねんまえ の

When I measured my height, I found that I had grown two centimeters since last year.

Khi đo chiều cao thì nhận ra đã cao hơn 2 cm so với 1 năm trước.

➕ 量る to measure / đo
はか

👉 測る is used for things like length or heat, while 量る is used for things like weight and volume. / Từ " 測る " dùng cho chiều dài, nhiệt độ, từ " 量る " dùng cho cân nặng, dung tích.

875

体重
たいじゅう

名 **body weight**
cân nặng, thể trọng

朝と夜、体重をチェックしている。
あさ よる たいじゅう

I check my body weight in the morning and at night.

Tôi kiểm tra cân nặng vào buổi sáng và buổi tối.

876

体重計
たいじゅうけい

名 **scale (for measuring body weight)**
cân, cân sức khỏe

新しい体重計で、家族の健康をチェックする。
あたら たいじゅうけい かぞく けんこう

I check my family's health with our new weight scale.

Tôi kiểm tra sức khỏe của gia đình bằng cân sức khỏe mới.

➕ はかり scale / cân

877 体温
たいおん

名 body temperature
thân nhiệt

私の体温は、ふだん３６度ちょっとです。
わたし　たいおん　　　　　　　　　　さんじゅうろく　ど

My temperature is usually just above 36 degrees.
Thân nhiệt tôi bình thường là 36 độ hơn một chút.

➕ 体温計 thermometer / cặp nhiệt độ
たいおんけい

878 額
ひたい

名 forehead
trán

彼の額をさわったら、とても熱かった。
かれ　ひたい　　　　　　　　　　　あつ

When I touched his forehead, it was really hot.
Sờ trán cậu ta thấy rất nóng.

🟰 おでこ （Used primarily in conversation / văn nói)

879 血液
けつえき

名 blood
máu

血液を調べると、病気がわかる。
けつえき　しら　　　びょうき

By examining your blood, you can find out about diseases.
Kiểm tra máu sẽ biết bệnh.

🟰 血
ち

880 血液型
けつえきがた

名 blood type
nhóm máu

私の血液型はB型、彼はO型です。
わたし　けつえきがた　ビーがた　かれ　オーがた

My blood type is B, and my boyfriend's is O.
Nhóm máu của tôi là nhóm máu B, còn anh ấy là nhóm máu O.

➕ 血液型占い fortune telling based on blood type / xem bói theo nhóm máu
けつえきがたうらな

881 心臓
しんぞう

名 heart
tim

運動すると、心臓の動きが速くなる。
うんどう　　　　しんぞう　うご　　はや

When you exercise, your heart beats faster.
Khi vận động, tim sẽ đập nhanh.

882 汗
あせ

名 sweat
mồ hôi

スポーツで汗をかくのは気持ちがいい。
あせ　　　　　き　も

It feels good to sweat by playing sports.
Việc ra mồ hôi khi tập thể thao rất dễ chịu.

883 息
いき

名 breath
hơi thở

ゆっくり息をしてください。
いき

Please breathe slowly.
Hãy thở chậm rãi!

884

□

ため息
いき

名　sigh
　　thở dài

また体重が増えて、ため息が出た。
たいじゅう　ふ　　　　　　　いき　で

I sighed when I realized that I had gained weight.
Cân nặng lại tăng khiến tôi thở dài.

885

□

皮ふ
ひ

名　skin
　　da

皮ふが弱いので、クリームを使っている。
ひ　　よわ　　　　　　　　　　つか

My skin is sensitive, so I use a cream.
Da yếu nên tôi dùng kem bôi.

886

□

顔色
かおいろ

名　complexion
　　sắc mặt

今日、彼は顔色が悪い。
きょう　かれ　かおいろ　わる

His complexion looks bad today.
Hôm nay, sắc mặt anh ta trông xấu.

887

□

睡眠
すいみん

名　sleep
　　giấc ngủ

健康のために、睡眠に気をつけている。
けんこう　　　　　すいみん　き

I take heed of sleep for my health.
Vì sức khỏe, hãy chú ý đến giấc ngủ!

■ 眠り　＋ 睡眠時間 sleep time / thời gian ngủ・睡眠不足 lack of sleep / thiếu ngủ
　　ねむ　　すいみん じ かん　　　　　　　　　　　　　　　　すいみん ぶ そく

888

□

まぶた

名　eyelid
　　mí mắt

花粉症で、まぶたが赤くなった。
か ふんしょう　　　　　　あか

My eyelids became red due to hay fever.
Mí mắt bị đỏ vì dị ứng phấn hoa.

889

□

丈夫な
じょうぶ

ナ形　sturdy, strong
　　　khỏe, dẻo dai

子どものころから、体が丈夫です。
こ　　　　　　　　からだ　じょうぶ

My body has been strong since I was a child.
Cơ thể tôi dẻo dai từ hồi bé.

☞ This can be used for people, as well. / Dùng cho cả người và vật.

890

□

歯科医
し　か　い

名　dentist
　　nha sỹ

1年に1回、歯科医に診てもらう。
ねん　いっかい　し か い　み

I get a checkup at the dentist's office once a year.
1 năm 1 lần, tôi đi nha sỹ.

■ 歯医者
　　は　い しゃ

891

□

虫歯
むし ば

名　cavity
　　răng sâu

虫歯が見つかったので、歯医者に通っている。
むし ば　み　　　　　　　　　は いしゃ　かよ

A cavity was found, so I'm visiting the dentist.
Phát hiện ra răng sâu nên tôi đang đến bác sỹ răng để điều
trị.

892 裸
はだか

名 **nakedness, nudity**
cởi truồng, trần truồng

私は子どものころ、裸で泳いでいた。
わたし　こ　　　　　　　はだか　およ

When I was a child, I used to swim naked.
Lúc nhỏ, tôi đã cởi trần bơi lội.

893 裸足
はだし

名 **barefoot**
chân trần, chân đất

夏休みに、裸足で海岸を走った。
なつやす　　　はだし　かいがん　はし

During summer vacation, I ran along the beach barefoot.
Kỳ nghỉ hè, tôi đã chạy chân trần trên bãi biển.

何のサイン？
なん

What Sign? / Có dấu hiệu gì?

894
□

調子
ちょうし

名 **condition**
tình trạng, cảm giác

ゆうべワインを飲みすぎて、今日は調子が
の　　　　　　　きょう　ちょうし
よくない。

I drank too much wine last night, so I don't feel so good today.
Tối qua, tôi uống quá nhiều rượu vang khiến hôm nay cảm giác không tốt.

895
□

あくび〈する〉

名 **yawn**
ngáp

彼は大きなあくびをした。
かれ　おお

He let out a big yawn.
Anh ta ngáp to.

896
□

しゃっくり〈する〉

名 **hiccup**
nấc

しゃっくりが止まらなくなった。
と

My hiccups won't stop.
Nấc không ngừng.

➕ げっぷ〈する〉 burp, belch / ợ hơi

897
□

よだれ

名 **drool**
dớt dãi, nước miếng

いい匂いだ。よだれが出てきた。
にお　　　　　　　　て

It smells good. I'm drooling.
Thơm quá! Nước miếng chảy ra.

898
□

にきび

名 **pimple, acne**
mụn trứng cá

睡眠不足で、にきびができた。
すいみん ぶ そく

Due to a lack of sleep, pimples have broken out.
Tôi mọc mụn trứng cá vì thiếu ngủ.

899
□

気になる
き

動 **to be on one's mind, to worry**
bận tâm

最近、健康のことが気になっている。
さいきん　けんこう　　　　　き

Lately, I'm concerned about my health.
Gần đây tôi bận tâm đến vấn đề sức khỏe.

---

900 気にする
き

動 **to worry about**
bận tâm, lo lắng

健康は大切だが、気にしすぎるのはよくない。
けんこう　たいせつ　　　　き

Health is important, but it's not good to worry too much about it.
Sức khỏe là quan trọng nhưng bận tâm quá thì lại không tốt.

901 白髪
しら　が

名 **gray hair**
tóc bạc

最近、白髪が急に増えてきた。
さいきん　しら　が　きゅう　ふ

Recently, the amount of gray hair I have has suddenly increased.
Gần đây tóc bạc bỗng tăng nhiều.

902 抜く
ぬ

動 **to pull out, to remove**
nhổ

娘に白髪を抜いてもらった。
むすめ　しら　が　ぬ

I had my daughter pull out my gray hairs.
Tôi được con gái nhổ tóc bạc.

➕ （～が）抜ける to be pulled out, to be removed / (~) rụng
ぬ

903 生える
は

動 **to grow, to come in**
mọc

息子に歯が生えてきた。
むすこ　は　は

My son has started to grow teeth.
Con trai tôi mọc răng.

904 しみ

名 **blotch, spot (on someone's skin)**
vết nám

ほほに小さなしみができた。
ちい

I've developed a small spot on my cheek.
Trên má có một vết nám nhỏ.

905 しわ

名 **wrinkle**
nếp nhăn

おでこのしわが気になる。
き

I'm concerned about the wrinkles on my forehead.
Tôi bận tâm với nếp nhăn trên trán.

906 日焼け〈する〉
ひ　や

名 **tan, sunburn**
cháy nắng

海に行ったら、日焼けした。
うみ　い　ひ　や

When I went to the beach, I got sunburned.
Tôi đi biển thế là bị cháy nắng.

907 傷
きず

名 **wound, cut**
vết thương

転んで、ひざに傷ができた。
ころ　きず

I tripped and got a cut on my knee.
Tôi ngã nên bị vết thương ở đầu gối.

908 ☐	酔っぱらう よ	最近、ビール1杯で酔っぱらう。 さいきん　いっぱい　よ
動	**to get drunk** say, say rượu	Lately, I get drunk from just one beer. Gần đây, tôi uống một cốc bia là say.
909 ☐	酔っぱらい よ	忘年会の季節は、酔っぱらいが増える。 ぼうねんかい　きせつ　よ　ふ
名	**drunk** kẻ say rượu	The number of drunks increases around the time of year-end parties. Mùa liên hoan cuối năm, những kẻ say rượu tăng lên.
910 ☐	ぺこぺこな	ジョギングのあとなので、おなかがぺこぺこだ。
ナ形	**starving, famished** cồn cào	After jogging, I get famished. Vừa chạy bộ xong nên bụng đói cồn cào.
911 ☐	からからな	今日は暑くて、のどがからからになった。 きょう　あつ
ナ形	**parched** khát khô	It was hot today, and I was parched. Hôm nay trời nóng nên cổ họng khát khô.
912 ☐	ダイエット	太ったので、ダイエットを始めようと思う。 ふと　はじ　おも
名	**diet** ăn kiêng	Since I've gotten fat, I think I'll start going on a diet. Tôi béo nên định bắt đầu ăn kiêng.
913 ☐	カロリー	食品のカロリーが、とても気になる。 しょくひん　き
名	**calorie** ca-lo, lượng ca-lo	I'm really concerned about calories in food. Tôi rất bận tâm đến lượng ca-lo của đồ ăn.
		➕ 低カロリー食品 low-calorie food / đồ ăn ít ca-lo てい　しょくひん
914 ☐	控える ひか	カロリーが高い物は、できるだけ控えている。 たか　もの　ひか
動	**to abstain from** tránh	I try to abstain from food that is high in calories. Tôi hết sức tránh những đồ có lượng ca-lo cao.
915 ☐	つい	食事のあとに、つい甘い物を食べてしまう。 しょくじ　あま　もの　た
副	**just now, by mistake, against one's better judgment** biết thế mà cứ	After eating a meal, I eat sweets against my better judgment. Biết thế mà sau bữa cứ ăn đồ ngọt.

症状
しょうじょう

Symptoms / Triệu chứng

916

アレルギー

名 allergy
dị ứng

病院で、猫アレルギーだと言われた。
びょういん　　ねこ　　　　　　　い

At the hospital, I was told that I have a cat allergy.
Ở bệnh viện người ta nói tôi bị dị ứng mèo.

➕ ほこりアレルギー dust allergy / dị ứng bụi

917

花粉症
か ふんしょう

名 hay fever
dị ứng phấn hoa

くしゃみが止まらない。花粉症かもしれない。
　　　　　と　　　　　　　　か ふんしょう

I can't stop sneezing. It might be hay fever.
Bị hắt xì hơi mãi không dứt. Có lẽ tôi bị dị ứng phấn hoa.

918

うがい〈する〉

名 gargling
súc miệng, súc họng

家に帰ったら、必ずうがいをしている。
いえ　かえ　　　　かなら

When I get home, I make sure to gargle.
Về đến nhà là tôi nhất định phải súc miệng.

➕ うがい薬 mouthwash / thuốc súc miệng
くすり

919

手洗い
て あら

名 washing one's hands
rửa tay

いつも、しっかり手洗いをしよう。
　　　　　　　　て あら

Be sure to always wash your hands thoroughly.
Hãy luôn luôn rửa tay thật kỹ!

920

くしゃみ〈する〉

名 sneeze
hắt xì hơi

彼は朝からずっと、くしゃみをしている。
かれ あさ

He has been sneezing since morning.
Anh ấy hắt xì hơi suốt từ sáng.

921

鼻水
はなみず

名 runny nose
nước mũi

くしゃみと鼻水が止まらない。
　　　　　はなみず　と

I can't stop my sneezing and my runny nose.
Bị hắt xì hơi và chảy nước mũi liên tục.

922

マスク

名 (face) mask
khẩu trang

花粉症の季節は、マスクをする。
か ふんしょう きせつ

I wear a mask during hay fever season.
Mùa dị ứng phấn hoa tôi đeo khẩu trang.

923 つらい

イ形　tough, painful
mệt mỏi, khó chịu

今朝から熱があって、つらい。
けさ　　ねつ

I've had a fever since morning and it's terrible.
Từ sáng đến giờ sốt, khó chịu.

924 かゆい

イ形　itchy
ngứa

花粉が多い日は、目がかゆくなる。
かふん　おお　ひ　　め

On days when there is a lot of pollen, my eyes get itchy.
Những ngày nhiều phấn hoa, mắt bị ngứa.

925 かゆみ

名　itch
sự ngứa ngáy

かゆみが、だんだんひどくなってきた。

The itchiness has gotten worse and worse.
Sự ngứa ngáy dần dần nặng lên

926 かく

動　to scratch
gãi

かゆくても、かかないでください。

Even if it's itchy, you shouldn't scratch it.
Ngứa cũng đừng gãi!

927 こする

動　to rub
dụi

目をこすりすぎて、赤くなった。
め　　　　　　　　あか

I rubbed my eyes too much, and they turned red.
Dụi mắt nhiều đâm đỏ.

928 (肩が) こる
かた

動　to get stiff (shoulders/
neck)
(vai) đau mỏi

ずっと勉強していて、肩がこった。
べんきょう　　　　かた

I studied for a while, and my shoulders got stiff.
Ngồi học mãi bị đau mỏi vai.

929 肩こり
かた

名　to get stiff shoulders/a
stiff neck
chứng đau mỏi vai

肩こりがひどいと、気持ちが悪くなる。
かた　　　　　　　　きも　　わる

When my shoulders get too stiff, I start to feel sick.
Chứng đau mỏi vai mà nặng lên thì cảm giác cũng trở nên
khó chịu.

930 だるい

イ形　sluggish
uể oải

体がだるい。かぜかもしれない。
からだ

My body feels sluggish. It might be a cold.
Người uể oải. Có lẽ bị cảm cũng nên.

931

だるさ

少し寝たら、体の<u>だるさ</u>が少しとれた。
すこ ね からだ すこ

名 **sluggishness**
sự uể oải

After sleeping a little, the sluggishness somewhat went away.

Ngủ một chút người cũng đỡ uể oải hơn.

932

マッサージ〈する〉

肩こりがひどいので、<u>マッサージして</u>もらった。
かた

名 **massage**
sự xoa bóp, đấm bóp, mát-xa

My stiff shoulders were pretty bad, so I got a massage.

Đau mỏi vai nặng nên tôi nhờ massage.

大丈夫？
だいじょうぶ

Are You Okay? / Không sao chú?

---

933 痛み
いた

名 **pain**
cơn đau, sự đau đớn

体の痛みは、何かのサインだ。
からだ　いた　　　　なに

Pain in the body is a sign of something.
Đau người là một dấu hiệu gì đó.

---

934 頭痛
ずつう

名 **headache**
đau đầu

頭痛がひどいので、今日は会社を休みます。
ずつう　　　　　　　きょう　かいしゃ　やす

I have a terrible headache, so I'm going to take the day off from work today.
Vì đau đầu quá nên hôm nay tôi nghỉ làm.

---

935 腹痛
ふくつう

名 **stomachache**
đau bụng

腹痛がひどくて、学校に行けなかった。
ふくつう　　　　　　がっこう　い

My stomachache was so bad, I couldn't go to school.
Đau bụng nặng khiến tôi không thể đến trường được.

➕ 胃痛 stomachache / đau dạ dày
いつう

---

936 はげしい

イ形 **intense, rough, violent**
dữ dội

はげしい頭痛がしたので、病院で診てもらった。
ずつう　　　　　　びょういん　み

I had an intense headache, so I got a checkup at the hospital.
Đau đầu dữ dội nên tôi đi khám ở bệnh viện.

---

937 異常 〈な〉
いじょう

名
ナ形

abnormality
sự bất thường (bất thường)

医者に診てもらったが、異常はなかった。（名）
いしゃ　み　　　　　　いじょう

この痛みは異常だ。（ナ形）
いた　いじょう

The doctor examined me, but there were no abnormalities.
This pain is abnormal.
Bác sỹ đã khám cho tôi nhưng không có gì bất thường.
Cơn đau này không bình thường.

↔ 正常 〈な〉
せいじょう

---

938 めまい

名 **dizziness**
chóng mặt

急に立ち上がったら、めまいがした。
きゅう　た　あ

I stood up too fast and became dizzy.
Tự dưng đứng phắt dậy là bị chóng mặt.

---

939 ☐	やけど〈する〉	なべのお湯でやけどした。
名	**burn** bỏng	I got burned by the hot water in the pot. Bị bỏng vì nước sôi trong nồi.

940 ☐	吐く	晩ごはんに食べた物を吐いてしまった。
動	**to throw up, to spit up,** **to vomit** nôn	I threw up what I ate for dinner. Tôi nôn ra những thứ đã ăn trong bữa tối.

941 ☐	吐き気	吐き気がするので、何も食べられない。
名	**feeling of throwing up,** **nausea** buồn nôn	I feel nauseous, so I can't eat anything. Buồn nôn nên chẳng ăn được gì.

942 ☐	(痛みが)とれる	薬を飲んでも、なかなか痛みがとれない。
動	**to recede (pain)** hết (đau)	Even after taking medicine, the pain just won't go away. Uống thuốc rồi mà mãi không hết đau.

➕ (痛みを) とる to take (pain) away / làm hết (đau)

943 ☐	インフルエンザ	全国で、インフルエンザが流行している。
名	**influenza, the flu** cúm	The flu is spreading throughout the country. Dịch cúm đã lan tràn trên khắp cả nước.

944 ☐	ウイルス	今年のインフルエンザのウイルスは、とても 強いようだ。
名	**virus** vi rút	This year's influenza virus seams to be really strong. Vi rút cúm năm nay có vẻ rất mạnh.

945 ☐	ふるえる	寒くて、体がふるえた。
動	**to shake, to shiver** run	It was so cold that my body shivered. Lạnh run cả người.

946 ☐	うなる	ゆうべ39度の熱があって、ずっとうなっていた。
動	**to groan, to moan** rên rỉ	I had a fever of 39 degrees last night, and I kept moaning for a while. Tối qua tôi sốt đến 39 độ nên rên rỉ suốt.

947 苦しむ
くる

動 to suffer
khổ sở

早く病院に行けば、こんなに苦しまなかったのに。
はや びょういん い　　　　　　　　　　くる

If you had gone to the hospital earlier, you wouldn't have had to suffer so much.
Nếu đi bệnh viện sớm đã không đến nỗi khổ sở như thế này.

948 しびれる

動 to go numb
tê

手と足が少ししびれている。
て あし すこ

My hands and feet are a little numb.
Tay và chân hơi tê.

➕ しびれ numbness / tê

949 部分
ぶぶん

名 area, part
bộ phận, chỗ

頭の、どの部分が痛いですか。
あたま　　　　　ぶぶん　いた

What part of your head hurts?
Chỗ nào trên đầu bị đau?

↔ 全体
ぜんたい

950 骨折 〈する〉
こっせつ

名 bone break, bone fracture
gãy xương

バレーボールで、右手の中指を骨折した。
みぎて　なかゆび　こっせつ

I broke my right middle finger playing volleyball.
Tôi bị gãy ngón giữa tay phải vì chơi bóng chuyền.

951 さわる

動 to touch
sờ

そこは痛いから、さわらないで。
いた

Please don't touch me there because it hurts.
Chỗ đó đau lắm, đừng đụng vào.

病院
びょういん

Hospital / Bệnh viện

952

患者
かんじゃ

名 **patient**
bệnh nhân

この病院は、高齢の患者が多い。
びょういん　こうれい　かんじゃ　おお

This hospital has many elderly patients.
Bệnh viện này có nhiều bệnh nhân cao tuổi.

➕ 入院患者 inpatient, hospitalized patient/ bệnh nhân nằm viện
にゅういんかんじゃ

953

診察 〈する〉
しんさつ

名 **examination**
khám

鈴木先生は診察中です。
すず き せんせい　しんさつちゅう

Doctor Suzuki is in the middle of an examination.
Bác sỹ Suzuki đang khám bệnh.

➕ 診察室 examination room / phòng khám・診察時間 examination time /
しんさつしつ　　　　　　　　　　　　　　　しんさつ じ かん
thời gian khám・診察券 patient's registration ticket / thẻ khám bệnh
しんさつけん

954

検査 〈する〉
けん さ

名 **scan**
sự xét nghiệm

大きな病院で検査したほうがいいですよ。
おお　　びょういん　けん さ

You know, you should get examined at a large hospital.
Nên làm xét nghiệm ở bệnh viện lớn thì tốt hơn đấy.

➕ 検査入院 hospitalization for routine tests / nhập viện làm xét nghiệm
けん さ にゅういん

955

治療 〈する〉
ち りょう

名 **medical treatment**
điều trị, chữa

兄は、けがの治療のために入院している。
あに　　　　　　ち りょう　　　　　にゅういん

My older brother was hospitalized to treat his injury.
Anh trai nhập viện để điều trị vết thương.

➕ 治療費 treatment fee / phí điều trị・治療方法 method of treatment / phương pháp điều trị
ち りょう ひ　　　　　　　　　　　　　　ち りょうほうほう

956

健康診断
けんこうしんだん

名 **health examination,**
checkup
khám sức khỏe

毎年、健康診断を受けている。
まいとし　けんこうしんだん　う

I get a medical checkup every year.
Tôi khám sức khỏe hàng năm.

957

内科
ない か

名 **internal medicine**
khoa nội, nội khoa

かぜをひいたら、内科に行く。
ない か　い

When I catch a cold, I go to a specialist in internal medicine.
Nếu bị cảm thì đi khám nội khoa.

872・974

958 外科
げ か

名 surgery, department of
surgery
khoa ngoại, ngoại khoa

けがをしたので、外科で診てもらった。
げ か み

I got injured, so I had it examined by a surgeon.
Tôi bị thương nên khám ngoại khoa.

959 小児科
しょう に か

名 pediatrics
khoa nhi, nhi khoa

小児科から、子どもの泣き声が聞こえてきた。
しょう に か こ な ごえ き

I heard a child crying from the pediatrician's office.
Nghe thấy tiếng khóc của trẻ con từ khoa nhi.

960 保険
ほ けん

名 health insurance
bảo hiểm

病気やけがのために、保険に入った。
びょう き ほ けん はい

I took out an insurance policy in case of illness or injury.
Tôi đã tham gia bảo hiểm ốm đau và thương tật.

➕ 生命保険 life insurance / bảo hiểm nhân thọ
せい めい ほ けん

961 保険証
ほ けんしょう

名 health insurance card
thẻ bảo hiểm

病院に、保険証を持っていくのを忘れた。
びょういん ほ けんしょう も わす

I forgot to bring my insurance card to the hospital.
Tôi quên không mang thẻ bảo hiểm đến bệnh viện.

962 効く
き

動 to work, to be effective
hiệu lực, có tác dụng

この薬は、かぜによく効く。
くすり き

This medicine works well against colds.
Thuốc có tác dụng tốt lên bệnh cảm.

➕ 効果がある to have an effect / có hiệu quả
こう か

963 注射〈する〉
ちゅうしゃ

名 injection
tiêm

注射をしてもらったら、すぐに熱が下がった。
ちゅうしゃ ねつ さ

Once I got the injection, my fever went down immediately.
Được tiêm cái là hạ sốt liền.

964 おんぶ〈する〉

名 carrying on one's back
cõng

娘をおんぶして、病院に行った。
むすめ びょういん い

I carried my daughter on my back and went to the hospital.
Tôi cõng con gái đến bệnh viện.

965 だっこ〈する〉

名 carrying in one's arms
bế

夫が初めて娘をだっこした。
おっと はじ むすめ

My husband held our daughter in his arms for the first time.
Chồng tôi lần đầu tiên bế con gái.

966 栄養
えいよう

名 nutrition
dinh dưỡng, bổ dưỡng

栄養のある物を食べてください。
えいよう　もの　た

Please eat nutritious food.
Hãy ăn những thứ bổ dưỡng.

---

967 回復 〈する〉
かいふく

名 to recover
sự hồi phục

薬が効いて、翌日には体調が回復した。
くすり　き　よくじつ　たいちょう　かいふく

The medicine worked, and by the next day, my condition
had recovered.
Thuốc có tác dụng khiến ngày hôm sau cơ thể hồi phục.

➕ 悪化 〈する〉 to get worsen, to worsen / sự xấu đi
あっか

---

968 証明 〈する〉
しょうめい

名 proof, verification
sự chứng minh

インフルエンザを証明するために、診断書を
しょうめい　しんだんしょ
書いてもらった。
か

In order to verify that I had the flu, I had them write me a
medical certificate.
Để chứng minh bị cúm, tôi đã xin giấy chẩn đoán.

➕ 証明書 certificate / giấy chứng nhận
しょうめいしょ

---

969 そっと 〈する〉

副 gently, softly
khẽ khàng, nhẹ nhàng

子どもが起きないように、そっとドアを閉めた。
こ　お　し

I closed the door quietly so the child wouldn't wake up.
Tôi nhẹ nhàng khép cửa sao cho con không bị thức giấc.

---

970 じっと 〈する〉

副 quietly
đứng im, im tư thế

動かないで、じっとしてください。
うご

Please stay still and don't move.
Đừng động đậy, hãy đứng im!

---

971 手術 〈する〉
しゅじゅつ

名 surgery
phẫu thuật, mổ

母は足の手術をした。
はは　あし　しゅじゅつ

My mother underwent surgery for her leg.
Mẹ tôi đã phẫu thuật chân.

---

972 包帯
ほうたい

名 bandage
băng bó

退院したとき、まだ包帯をしていた。
たいいん　ほうたい

I was still bandaged up when I left the hospital.
Khi ra viện tôi vẫn còn băng bó.

872 - 974

973 ☐	巻く ま	自分で包帯を巻くのは難しい。 <small>じ ぶん　　ほうたい　　ま　　　　　むずか</small>
動	**to wrap** **quấn**	It's hard to wrap bandages by yourself. Tự mình quấn băng thật là khó.
974 ☐	長生き〈する〉 なが い	できるだけ長生きしたいと思っている。 <small>なが い　　　　　　　　おも</small>
名	**long life, longevity** **sự sống lâu**	I would like to live as long as possible. Tôi muốn sống càng lâu càng tốt.

自然と暮らし
しぜん　く
Living with Nature
Tự nhiên và cuộc sống

Section 1

自然
しぜん

Nature / Tự nhiên

975

□

ナ形

豊かな
ゆた

abundant, rich
phong phú

日本は、自然が豊かな国だ。
にほん　　しぜん　　ゆた　　くに

Japan is a country richly endowed with nature.
Nhật Bản là đất nước có thiên nhiên phong phú.

➕ 豊富な abundant, plentiful / phong phú
ほうふ

👉 豊富 is used to describe the abundance of things, while 豊か is used not only for things, but also in wider terms to mean there is a surplus of something, like in 心が豊かだ. /
Từ " 豊富 "được dùng với nghĩa chỉ trạng thái có nhiều thứ, từ " 豊か " không chỉ được dùng cho đồ vật mà còn được dùng với nghĩa rộng, chỉ sự dư giả như "心が豊かだ".

976

□

名

資源
しげん

resource
nguồn tài nguyên

資源は大切に使わなければならない。
しげん　たいせつ　つか

We must use resources with care.
Nguồn tài nguyên phải được sử dụng trân trọng.

977

□

名

種類
しゅるい

type, kind
loài, chủng loại

いろいろな種類の花が咲いている。
しゅるい　はな　さ

Many kinds of flowers are in bloom.
Rất nhiều loài hoa đang nở.

978

□

動

枯れる
か

to wither
héo, tàn

庭のチューリップが枯れてしまった。
にわ　　　　　　　　　　か

The tulips in the garden have withered.
Hoa tuy líp trong vườn đã héo tàn.

979

□

動

散る
ち

to fall, to scatter
rơi, rụng

入学式の前に、さくらが散った。
にゅうがくしき　まえ　　　　　　ち

The cherry blossoms have fallen before the entrance ceremony.
Hoa anh đào đã rụng trước thời gian nhập học.

↔ 咲く
さ

980

□

名

草
くさ

grass
cỏ

草の名前を本で調べた。
くさ　なまえ　ほん　しら

I looked up the name of the grass in a book.
Tôi tra tên cỏ trong sách.

➕ 雑草 weed / cỏ dại
ざっそう

981
種
たね

名 seed
hạt

庭に花の種をまいた。
にわ　はな　たね

When spring came, I planted flower seeds in the garden.
Mùa xuân đến, tôi gieo hạt hoa trong vườn.

982
浮かぶ
う

動 to float
nổi, trôi

湖に小さな舟が浮かんでいる。
みずうみ　ちい　　ふね　う

A small boat is floating on the lake.
Một con thuyền nhỏ trôi trên hồ nước.

➕ 浮く to be floating / nổi, trôi
う

983
太陽
たいよう

名 sun
mặt trời

窓から太陽の光が入ってきた。
まど　　たいよう　ひかり　はい

Sunlight came in through the window.
Ánh sáng mặt trời chiếu qua khung cửa sổ.

➕ 日 sun / mặt trời・日の出 sunrise / mặt trời mọc・日の入り sunset / mặt trời lặn
ひ　　　　　　　　　　ひ　で　　　　　　　　　　　　　　　ひ　い

984
現れる
あらわ

動 to appear
xuất hiện

東の空から太陽が現れた。
ひがし　そら　　たいよう　あらわ

The sun appeared from the eastern sky.
Mặt trời xuất hiện từ bầu trời phía đông.

985
沈む
しず

動 to sink, to go down
chìm, lặn

太陽が海に沈むとき、美しくて感動する。
たいよう　うみ　しず　　　　　うつく　　　かんどう

I am moved by how beautiful it was when the sun sets into the sea.
Mặt trời lặn xuống biển, đẹp đến cảm động.

986
薄暗い
うすぐら

イ形 dim, gloomy
tối mờ, nhập nhoạng tối

太陽が沈み、薄暗くなった。
たいよう　しず　　うすぐら

The sun set, and it got dim.
Mặt trời lặn, mọi thứ trở nên nhập nhoạng tối.

987
穴
あな

名 hole
lỗ, hốc hang, hố

冬の間、クマは穴の中で暮らす。
ふゆ　あいだ　　　　あな　なか　く

During winter, bears live in their dens.
Trong thời gian mùa đông gấu sống trong hang.

988
ほる

動 to dig
đào

うちの犬が、庭に穴をほった。
いぬ　　にわ　あな

Our dog dug a hole in the yard.
Con chó nhà tôi đã đào một cái hố trong vườn.

975 - 1074

989 うめる

動 **to bury**
lấp, chôn

庭に穴をほって、生ごみを<u>うめた</u>。
にわ　あな　　　　なま

I dug a hole in the yard and buried the raw garbage.
Tôi đào hố ở vườn rồi chôn rác hữu cơ xuống đấy.

990 土
つち

名 **dirt, earth**
đất

この皿は、この山の<u>土</u>で、できている。
さら　　　　やま　つち

This plate is made from the soil from this mountain.
Cái đĩa này làm bằng đất của ngọn núi này.

991 岩
いわ

名 **rock, boulder**
đá

大きな<u>岩</u>の上に座って、海を見た。
おお　　いわ　うえ　すわ　　うみ　み

I sat on a large boulder and looked at the sea.
Tôi đã ngồi lên một tảng đá lớn và ngắm biển.

992 丘
おか

名 **hill**
đồi

向こうの<u>丘</u>の上に、小さな家が見える。
む　　　おか　うえ　ちい　　いえ　み

I can see a small house on top of the hill over there.
Tôi nhìn thấy một ngôi nhà nhỏ nằm trên ngọn đồi đối diện.

993 火山
か ざん

名 **volcano**
núi lửa

日本には、<u>火山</u>がたくさんある。
に ほん　　　か ざん

There are many volcanos in Japan.
Ở Nhật Bản có nhiều núi lửa.

994 想像 〈する〉
そうぞう

名 **imagining**
sự tưởng tượng

ここが昔は海だったなんて、<u>想像</u>できない。
むかし　うみ　　　　　　そうぞう

It's hard to imagine that this used to be the ocean.
Tôi không thể tưởng tượng được ở đây ngày xưa là biển.

➕ 想像力 imagination / sức tưởng tượng, trí tưởng tượng
そうぞうりょく

995 見上げる
み あ

動 **to look up**
nhìn lên

空を<u>見上げる</u>と、星がいっぱいだった。
そら　み あ　　　　ほし

When I looked up at the sky, there were a lot of stars.
Nhìn lên bầu trời thấy trời đầy sao.

996 見下ろす
み お

動 **to look down**
nhìn xuống

山の上から、町を<u>見下ろす</u>。
やま　うえ　　まち　み お

I look down at the town from the top of the mountain.
Từ đỉnh núi tôi nhìn xuống thành phố.

997

☐

ほえる

夜、動物が<u>ほえる</u>のが聞こえた。
よる どうぶつ き

動 to howl
   sủa, kêu

At night, I heard an animal howling.
Ban đêm, nghe thấy tiếng thú kêu.

998

☐

しっぽ

うちの猫の<u>しっぽ</u>は長い。
ねこ なが

名 tail
   đuôi

Our cat has a long tail.
Đuôi con mèo nhà tôi dài.

■ 尾 (written word / văn viết)
お

999

☐

さびる

海のそばに引っ越したら、車が<u>さびた</u>。
うみ ひ こ くるま

動 to rust
   han gỉ

After I moved near the sea, my car rusted.
Tôi chuyển nhà đến cạnh biển, thế là ô tô bị han gỉ.

明日の天気
あした　てんき

Tomorrow's Weather / Thời tiết ngày mai

1000
予想 〈する〉
よ そう

名 **expectation, prediction**
dự đoán

明日は雨だと予想している。
あした　あめ　　　よ そう

They're predicting rain for tomorrow.
Dự đoán, ngày mai trời mưa.

1001
予報 〈する〉
よ ほう

名 **forecast**
dự báo

明日の予報は大雨だ。
あした　　よ ほう　　おおあめ

The forecast for tomorrow is heavy rain.
Dự báo ngày mai là trời mưa to.

➕ 天気予報 weather forecast / dự báo thời tiết
てん き　よ ほう

1002
湿度
しつ ど

名 **level of humidity**
độ ẩm

今日は、とても湿度が高くなりそうだ。
きょう　　　　　　しつ ど　　たか

It seems like it's going to be very humid today.
Hôm nay độ ẩm có lẽ sẽ cao.

1003
湿気
しつ け

名 **humidity, moisture**
hơi ẩm, độ ẩm, ẩm ướt

日本の夏は湿気が多い。
に ほん　なつ　しつ け　おお

Summer in Japan is really humid.
Mùa hè Nhật Bản nhiều hơi ẩm.

➕ 湿る to be wet, to be moist / ẩm, ướt
しめ

1004
くもる

動 **to be cloudy**
mây mù, trời mây

今はくもっているが、すぐに晴れるだろう。
いま　　　　　　　　　　　　　は

It's cloudy now, but it should clear up right away.
Bây giờ trời đang mây nhưng có lẽ sẽ nắng ngay thôi.

➕ くもり cloudiness / mây mù

1005
嵐
あらし

名 **storm**
bão, giông tố

嵐になりそうなので、早めに家に帰ろう。
あらし　　　　　　　　　　　はや　　いえ　かえ

It looks like there is going to be a storm, so let's go home
early.
Có lẽ sẽ có bão nên nhanh chóng về nhà thôi!

1006

強風
きょうふう

名 **strong wind**
gió to

強風で木が倒れた。
きょうふう　き　たお

The tree fell due to the strong winds.
Gió to làm đổ cây.

1007

大雨
おおあめ

名 **heavy rain**
mưa to

昨日は、大雨で出かけられなかった。
きのう　おおあめ　で

I couldn't go out yesterday because of the heavy rain.
Hôm qua mưa to nên tôi không thể đi ra ngoài được.

⟷ 小雨
こさめ

1008

折りたたみ傘
お　　　　　かさ

名 **folding umbrella**
ô gấp, dù xếp

折りたたみ傘をバッグに入れて、出かける。
お　　　　かさ　　　　　　　い　　　　で

I put a folding umbrella in my bag and went out.
Tôi bỏ chiếc ô gấp vào túi xách và đi ra ngoài.

👉 傘 can be omitted, and just 折りたたみ will still hold the same meaning.
Lược bỏ từ ô đi, chỉ với " 折りたたみ "không cũng hiểu.

1009

（傘を）さす
かさ

動 **to open (an umbrella)**
che (ô)

雨の中、傘をさしていない人もいる。
あめ　なか　かさ　　　　　　　　　ひと

There are some people that don't have an umbrella up in the rain.
Trong mưa cũng có người không che ô.

1010

にわか雨
あめ

名 **rain shower**
mưa rào

にわか雨が降りそうなので、傘を持って行く。
あめ　ふ　　　　　　　　かさ　も　　い

It looks like it's going to shower, so I'll take an umbrella.
Có vẻ sẽ có mưa rào nên tôi mang ô đi.

👉 にわかに means that something happened so suddenly that it could not have been predicted. / " にわかに " có nghĩa là bất chợt, không dự đoán trước được.

1011

突然
とつぜん

副 **suddenly**
bỗng nhiên

突然、空が暗くなった。
とつぜん　そら　くら

The sky suddenly grew dark.
Bỗng nhiên trời tối.

1012

とたん［に］

名 **as soon as, in the moment that**
vừa mới

家に帰ると、とたんに雨が降ってきた。
いえ　かえ　　　　　　　　あめ　ふ

As soon as I got home, it started to rain.
Vừa mới về đến nhà thì trời đổ mưa.

1013
☐

ぬれる

傘がなくて、雨にぬれた。
かさ　　　　あめ

動 to get wet
bị ướt, ướt

I didn't have an umbrella and got wet in the rain.
Không có ô, bị ướt mưa.

➕ （〜を）ぬらす to get wet / làm ướt

1014
☐

あっという間
ま

雨はあっという間に、はげしくなった。
あめ　　　　　　　　　ま

慣 in the blink of an eye
chẳng mấy chốc, loáng
một cái

The rain got heavier in the blink of an eye.
Mưa chẳng mấy chốc trở nên dữ dội.

1015
☐

止む
や

にわか雨なので、すぐに止むだろう。
あめ　　　　　　　　　や

動 to stop
tạnh, ngớt

It's just a shower, so it should stop right away.
Mưa rào nên chắc là sẽ tạnh ngay thôi.

1016
☐

ところどころ

昨日降った雪が、ところどころに残っている。
きのう ふ　ゆき　　　　　　　　　　　のこ

名 here and there
chỗ này chỗ kia

The snow that fell yesterday still remains here and there.
Tuyết rơi ngày hôm qua vẫn còn ở chỗ này chỗ kia.

1017
☐

積もる
つ

雪が積もっているので、気をつけて歩こう。
ゆき　つ　　　　　　　　　き　　　　　ある

動 to pile up, to accumulate
tích tụ, chất đống, phủ

The snow is piled up, so let's be careful when we walk.
Tuyết phủ đầy nên đi cẩn thận nhé!

1018
☐

快晴
かいせい

今日は快晴で、雲が一つもない。
きょう　かいせい　　くも　ひと

名 clear weather
trời trong xanh

The weather is clear today, and there isn't a single cloud in sight.
Hôm nay trời trong xanh, không có một đám mây nào.

1019
☐

かがやく

今夜は、月がかがやいている。
こんや　　つき

動 to shine
sáng lung linh, sáng lấp
lánh

The moon is shining tonight.
Đêm nay, trăng sáng lung linh.

1020
☐

まぶしい

急に天気がよくなって、太陽がまぶしい。
きゅう てんき　　　　　　　　たいよう

イ形 blinding, overly bright
chói, chói lóa

The weather cleared up suddenly, and the sun is dazzling.
Đột nhiên trời nắng, mặt trời chói trang.

1021 □	のち	明日の天気は、雨のち晴れだそうだ。 あした てんき あめ は
名	**later** **sau**	Tomorrow, they say it's going to rain early on, and later clear up. Thời tiết ngày mai sau mưa trời nắng.

1022 □	当たる あ	この番組の天気予報は、よく当たる。 ばんぐみ てんき よ ほう あ
動	**to be right, to be correct** **trúng, đúng**	The weather report on this TV show is often right. Dự báo thời tiết của chương trình này hay đúng.

↔ 外れる
はず

1023 □	ふるさと	私のふるさとでは、雪がたくさん降る。 わたし ゆき ふ
名	**hometown** **quê, quê hương**	It snows a lot in my hometown. Quê tôi tuyết rơi nhiều.

Section 3

暑い日と寒い日
あつ　ひ　さむ　ひ

Hot Days and Cold Days / Ngày nóng và ngày lạnh

1024

☐

蒸し暑い
む　あつ

イ形

humid
nóng ẩm, oi bức

今日は湿度が高くて、蒸し暑い。
きょう　しつど　たか　　む　あつ

Today, the humidity is high, so the air feels really damp.
Hôm nay độ ẩm cao, trời oi bức.

1025

☐

温度計
おん　ど　けい

名

thermometer
nhiệt kế

この温度計は湿度も測れる。
おん ど けい　しつど　はか

This thermometer can also measure the humidity.
Nhiệt kế này có thể đo cả độ ẩm.

➕ 湿度計 hygrometer / độ ẩm kế
しつ ど けい

1026

☐

プラス

名

plus, higher
dương, tăng

明日の気温は、今日と比べてプラス3度らしい。
あした　き おん　　きょう　くら　　　　　　　ど

Compared to today's temperature, tomorrow's is going to be three degrees higher.
Nghe nói nhiệt độ ngày mai tăng 3 độ so với hôm nay.

1027

☐

マイナス

名

minus, lower
âm, giảm

①今日の気温は、昨日と比べてマイナス10度だった。
　きょう　き おん　　きのう　くら　　　　　　　　　ど

②明日の朝の気温は、マイナスになるだろう。
　あした　あさ　き おん

① Compared to yesterday's temperature, it's 10 degrees lower today.
② The temperature for tomorrow morning will likely be below zero.
① Nhiệt độ ngày hôm nay giảm 10 độ so với ngày hôm qua.
② Nhiệt độ buổi sáng ngày mai có lẽ sẽ xuống âm.

👉 ① to take away from ② negative number / ① Việc trừ, giảm đi. ② Số âm

👉 マイナス is used only when the temperature goes below 0 degrees Celsius. プラス is not used when the temperature is above 0 degrees. / Chỉ khi nhiệt độ xuống dưới 0 độ mới nói "マイナス". Còn khi cao hơn 0 độ thì không nói "プラス".

1028

☐

凍る
こお

動

to freeze
đóng băng

道が凍っていて、とても危ない。
みち　こお　　　　　　　　　あぶ

The road is frozen over and very dangerous.
Đường đóng băng, rất nguy hiểm.

1029
氷
こおり

名 ice
băng, đá

夏、冷凍庫で氷を作っておく。
なつ　れいとうこ　こおり　つく

I make ice in the freezer in the summer.
Mùa hè, tôi làm sẵn đá bằng tủ đông.

1030
冷える
ひ

動 to chill
lạnh, cóng

天気予報によると、夕方から冷えるらしい。
てんきよほう　　　　ゆうがた　　ひ

According to the weather forecast, it's going to get chilly in the evening.
Theo dự báo thời tiết, từ chiều tối trời sẽ lạnh.

1031
けっこう

副 pretty, quite
khá

今週、けっこう寒い日が続いている。
こんしゅう　　　　さむ　ひ　つづ

Pretty cold days have continued this week.
Tuần này, những ngày khá lạnh sẽ kéo dài.

1032
非常な
ひじょう

ナ形 severely, extremely
rất

今年の夏は、非常に暑くなりそうだ。
ことし　なつ　　ひじょう　あつ

This year's summer will probably be really hot.
Mùa hè năm nay có vẻ sẽ rất nóng.

1033
夏日
なつび

名 summer day
ngày hè nhiệt độ trên 25 độ

今日は、今年初めての夏日になった。
きょう　ことしはじ　　　なつび

Today was the first summer day for this year.
Hôm nay là ngày hè đầu tiên trong năm nhiệt độ trên 25 độ.

👍 Day when the high temperature exceeds 25 degrees Celsius
Là ngày nhiệt độ cao nhất trong ngày từ 25 độ trở lên.

1034
真夏日
まなつび

名 tropical day
ngày hè nóng trên 30 độ

今年は、真夏日が多いそうだ。
ことし　まなつび　おお

It seems that there are going to be many tropical days this year.
Nghe nói năm nay những ngày hè nóng trên 30 độ nhiều.

👍 Day when the high temperature exceeds 30 degrees Celsius
Là ngày nhiệt độ cao nhất trong ngày từ 30 độ trở lên.

1035
猛暑日
もうしょび

名 extremely hot day
ngày hè cực nóng trên 35 độ

猛暑日が続いているので、体に気をつけている。
もうしょび　つづ　　　　　からだ　き

Extremely hot days continue, so I'm being careful.
Những ngày hè cực nóng trên 35 độ kéo dài nên chú ý giữ gìn sức khỏe.

👍 Day when the high temperature exceeds 35 degrees Celsius
Là ngày nhiệt độ cao nhất trong ngày từ 35 độ trở lên.

1036

冬日
ふゆび

名 chilly day
ngày đông nhiệt độ
thấp nhất dưới âm

冬日には、手袋もマフラーも必要だ。
ふゆび　　　てぶくろ　　　　　　　ひつよう

On chilly days, you need to wear gloves and a scarf.
Trong ngày đông nhiệt độ thấp nhất dưới 0 độ cần cả găng tay và khăn quàng cổ.

👉 Day when the low temperature drops below 0 degrees Celsius
Là ngày nhiệt độ thấp nhất trong ngày là dưới 0 độ.

1037

真冬日
まふゆび

名 ice day
ngày đông hàn nhiệt độ
cao nhất dưới âm

東京で、真冬日はとても珍しい。
とうきょう　　まふゆび　　　　　　めずら

In Tokyo, below-zero temperatures are very rare.
Ở Tokyo rất hiếm những ngày đông nhiệt độ cao nhất dưới 0 độ.

👉 Day when the high temperature drops below 0 degrees Celsius
Là ngày nhiệt độ cao nhất trong ngày là dưới 0 độ.

1038

暖冬
だんとう

名 warm winter
mùa đông ấm

今年は暖冬で、雪が少ない。
ことし　だんとう　　ゆき　すく

We're having a warm winter this year with little snow.
Năm nay mùa đông ấm, tuyết rơi ít.

1039

冷夏
れいか

名 cold summer
mùa hè mát

冷夏になると、海に行く人が減る。
れいか　　　　　うみ　い　ひと　へ

During cold summers, the number of people going to the sea decreases.
Khi mùa hè mát hơn mọi năm, những người đi biển giảm.

1040

せっかく

副 with considerable
effort, at great pains
chẳng mấy khi, được

せっかくの休みなのに、天気が悪くて寒い。
やす　　　　　　てんき　わる　　さむ

Even though it's a long-awaited vacation, the weather is bad and it's cold.
Được ngày nghỉ mà thời tiết vừa xấu vừa lạnh.

どう変わる？
_か

Change in What Way? / Thay đổi như thế nào?

1041

状態
じょうたい

名 **condition, status**
trạng thái, tình trạng

大雨で、この川は危険な状態だ。
_{おおあめ} _{かわ} _{きけん} _{じょうたい}

Due to the heavy rain, this river is in dangerous condition.
Trời mưa lớn, con sông này trong tình trạng nguy hiểm.

➕ 経済状態 economic condition / tình trạng kinh tế ・
_{けいざいじょうたい}
心理状態 mental condition, mental state / trạng thái tâm lý
_{しんりじょうたい}

1042

変化 〈する〉
へんか

名 **change**
sự thay đổi

旅行中、天気の変化がとても気になる。
_{りょこうちゅう} _{てんき} _{へんか} _き

When I'm traveling, I'm very careful about changes in the weather.
Trong thời gian du lịch tôi rất bận tâm về sự thay đổi của thời tiết.

1043

一定 〈する〉
いってい

名 **fixed, set**
sự ổn định

最近、気温が一定している。
_{さいきん} _{きおん} _{いってい}

Lately, the temperature has been pretty steady.
Gần đây nhiệt độ ổn định.

1044

観察 〈する〉
かんさつ

名 **observing, watching**
sự quan sát

弟は、雲の形を観察している。
_{おとうと} _{くも} _{かたち} _{かんさつ}

My younger brother keeps a watch on the shapes of the clouds.
Em trai tôi đang quan sát hình dáng đám mây.

1045

次第に
しだい

副 **gradually**
dần dần

今日の夜から、次第に天気が悪くなるらしい。
_{きょう} _{よる} _{しだい} _{てんき} _{わる}

Starting tonight, they say the weather will gradually get worse.
Có vẻ từ đêm nay thời tiết sẽ xấu dần.

1046

じょじょに

副 **gradually, steadily**
dần dần, từ từ

朝から、気温がじょじょに上がってきた。
_{あさ} _{きおん} _あ

The temperature has steadily risen since morning.
Từ sáng , nhiệt độ từ từ tăng.

1047

だんだん［と］

副 gradually, by degrees
dần dần

空がだんだん暗くなってきた。
そら　　　　　　　くら

The sky is getting darker and darker.
Trời dần dần tối.

1048

ますます

副 more and more,
increasingly
càng ngày càng, càng hơn

今週になって、ますます暑くなってきた。
こんしゅう　　　　　　　　　あつ

It's become increasingly hotter since this week.
Sang tuần này, trời càng nóng hơn.

1049

すっかり

副 completely, thoroughly
hẳn, thực sự, hoàn toàn

最近、暖かい日が多い。すっかり春だ。
さいきん　あたた　ひ　おお　　　　　　　はる

Recently, there have been many warm days. It's truly
spring now.
Gần đây những ngày ấm áp nhiều. Mùa xuân thực sự đã
đến rồi.

1050

一気に
いっき

副 all of a sudden
bỗng, một lèo

１２月になって、一気に寒くなった。
じゅうにがつ　　　　　いっき　さむ

Once it became December, it got cold all at once.
Sang tháng 12, trời bỗng đổ lạnh.

1051

一度に
いちど

副 all at once
cùng một lúc, đồng loạt

今日は、夏と冬が一度に来たようだった。
きょう　　なつ　ふゆ　いちど　き

Today, it felt like both summer and winter came all at once.
Ngày hôm nay cứ như là mùa hè với mùa đông đến cùng
một lúc vậy.

1052

いっぺんに

副 all together, at one time
cùng một lúc, đồng loạt

２つの台風がいっぺんに来た。
ふた　たいふう　　　　　　き

Two typhoons hit at the same time.
2 cơn bão đến cùng một lúc.

1053

いつの間にか
ま

副 before one knows it
lúc nào không hay

雪がいつの間にか止んでいた。
ゆき　　　　　ま　や

Before I knew it, the snow had stopped.
Tuyết ngừng rơi lúc nào không hay

1054

温暖化
おんだんか

名 warming, global
warming
hiện tượng trái đất ấm dần

世界中で、温暖化が進んでいるようだ。
せかいじゅう　　おんだんか　すす

It seems global warming continues throughout the world.
Hiện tượng trái đất ấm dần dường như đang diễn ra trên
khắp thế giới.

1055 ☐	えいきょう〈する〉	温暖化は、いろいろなえいきょうを与えている。 おんだん か　　　　　　　　　　　　　　あた
名	**influence** **sự ảnh hưởng**	Global warming influences many things. Hiện tượng trái đất ấm dần đang gây nhiều ảnh hưởng.
1056 ☐	変な へん	最近ずっと、変な天気が続いている。 さいきん　　　へん てん き　　つづ
ナ形	**strange** **lạ, bất thường**	We've had continuously strange weather recently. Gần đây thời tiết bất thường kéo dài suốt.

Section **5**

日本の１年
に ほん　　ねん

A Year in Japan / Một năm của Nhật Bản

1057 祝日
しゅくじつ

名 holiday
ngày nghỉ lễ

日本の祝日を、カレンダーで確認する。
に ほん　しゅくじつ　　　　　　　　　　かくにん

I check the Japanese national holidays on the calendar.
Tôi xác nhận ngày nghỉ lễ của Nhật Bản qua lịch.

= 祭日
さいじつ

1058 年末年始
ねんまつねん し

名 New Year's holiday,
period including the end
of the old year and the
start of the New Year
đầu năm cuối năm

年末年始に海外旅行をする人が多い。
ねんまつねん し　　かいがいりょこう　　　ひと　おお

During the New Year's holiday, many people travel
overseas.
Vào dịp đầu năm cuối năm nhiều người đi du lịch nước
ngoài.

1059 元日
がんじつ

名 New Year's Day
ngày mùng một Tết

元日に友だちと神社に行った。
がんじつ　とも　　　じんじゃ　い

On New Year's Day, I went to a shrine with my friends.
Ngày mùng một Tết, tôi cùng bạn đến đền thờ Thần đạo

＋ 元旦 morning of New Year's Day / sáng mùng một Tết
がんたん

👉 元旦 is the morning of 元日 / "元旦" là buổi sáng mùng một Tết.

1060 迎える
むか

動 to receive, to welcome
đón

来年は、富士山で新年を迎えたい。
らいねん　　ふ じ さん　しんねん　むか

Next year, I want to welcome the new year atop Mt. Fuji.
Sang năm, tôi muốn đón năm mới trên núi Phú Sỹ.

1061 年賀状
ねん が じょう

名 New Year's Card
thiếp chúc mừng năm
mới

年賀状が届くのを楽しみにしている。
ねん が じょう　とど　　　たの

I'm looking forward to receiving the New Year's Cards.
Tôi đang mong đợi thiếp chúc mừng năm mới gửi đến.

1062 お年玉
としだま

名 **New Year's gift (usually money given to young children)**
tiền mừng tuổi

就職してから、親にお年玉をあげている。
しゅうしょく　　　　　おや　　　としだま

Ever since I started working, I've been sending New Year's gifts to my parents.
Từ khi đi làm, tôi tặng tiền mừng tuổi cho bố mẹ.

1063 成人の日
せいじん　ひ

名 **Coming-of-age Day**
Ngày lễ trưởng thành

成人の日に、二十歳の若者が会場に集まった。
せいじん　ひ　　はたち　わかもの　かいじょう　あつ

On Coming-of-age Day, young people 20-years of age gathered in the event hall.
Vào ngày lễ trưởng thành, các nam nữ thanh niên 20 tuổi đã tập trung ở hội trường.

➕ 成人式 Coming-of-age Ceremony / Lễ trưởng thành
せいじんしき

☞ The second Monday in January / ngày thứ hai tuần thứ hai của tháng 1

1064 ひな祭り
まつ

名 **Girls' Festival**
Ngày lễ búp bê Hina

ひな祭りは女の子のお祝いだ。
まつ　　おんな　こ　　いわ

Girls' Festival is a celebration for girls.
Ngày lễ búp bê Hina là ngày lễ mừng cho các bé gái.

➕ ひな人形 hina doll, dolls displayed during Girls' Festival / búp bê Hina
にんぎょう

☞ March 3rd / ngày mùng 3 tháng 3

1065 ゴールデン
ウイーク

名 **Golden Week**
Tuần lễ vàng

4月下旬から5月の初めに、
がつげじゅん　　がつ　はじ
ゴールデンウイークという連休がある。
れんきゅう

There is a consecutive holiday from the end of April to the beginning of May called Golden Week.
Từ hạ tuần tháng 4 đến đầu tháng 5 có ngày nghỉ dài gọi là Tuần lễ vàng.

☞ Often written as "GW" / Được viết là "GW"

1066 子どもの日
こ　ひ

名 **Children's Day**
Ngày Trẻ em

子どもの日に、家族で遊園地に行くつもりだ。
こ　ひ　　かぞく　ゆうえんち　い

On Children's Day, my family plans to go to an amusement park.
Vào Ngày trẻ em tôi định cả nhà sẽ đi đến khu vui chơi giải trí.

☞ May 5th / ngày mùng 5 tháng 5

1067

母の日
はは　ひ

名 **Mother's Day**
Ngày của Mẹ

今年の母の日に、スカーフをプレゼントした。
ことし　　はは　ひ

This year, I gave my mother a scarf for Mother's Day.
Ngày của Mẹ năm nay tôi đã tặng mẹ cái khăn choàng.

👍 The second Sunday of May / ngày chủ nhật tuần thứ hai của tháng 5

1068

父の日
ちち　ひ

名 **Father's Day**
Ngày của Bố

父の日には、ネクタイを贈ることにしている。
ちち　ひ　　　　　　　　　　　　　おく

On Father's Day, I usually send my father neckties.
Ngày của Bố tôi quyết định gửi cho bố một cái cà vạt.

👍 The third Sunday of June / ngày chủ nhật tuần thứ ba của tháng 6

1069

海の日
うみ　ひ

名 **Marine Day**
Ngày của Biển

去年の海の日は、朝から大雨だった。
きょねん　うみ　ひ　　あさ　　おおあめ

On Marine Day, it rained heavily from the morning on.
Ngày của Biển năm ngoái, mưa to từ sáng.

➕ 山の日 Mountain Day (August 11th) / Ngày của Núi (ngày 11 tháng 8)
やま　ひ

👍 The third Monday of July / ngày thứ hai tuần thứ ba của tháng 7

1070

敬老の日
けいろう　ひ

名 **Respect-for-the-Aged Day**
Ngày Kính lão

デパートで、敬老の日のための贈り物を探した。
けいろう　ひ　　　　　　　おく　もの　さが

I looked for gifts at the department store for Respect-for-the-Aged Day.
Tôi đã tìm quà tặng cho Ngày Kính lão trong trung tâm thương mại.

👍 The third Monday of September / ngày thứ hai tuần thứ ba của tháng 9

1071

体育の日
たいいく　ひ

名 **Sports Day**
Ngày Thể dục thể thao

体育の日は、学校で運動会が開かれる。
たいいく　ひ　　がっこう　うんどうかい　ひら

On Sports Day, sports day events are held at school.
Vào Ngày Thể dục thể thao, ở các trường học tổ chức ngày hội thể thao.

👍 The second Monday of October / ngày thứ hai tuần thứ hai của tháng 10

1072

もともと

副 **originally**
vốn dĩ

体育の日は、もともと10月10日だった。
たいいく　ひ　　　　　　　がつとおか

Sports Day was originally held on October 10.
Ngày Thể dục thể thao vốn dĩ là ngày mùng 10 tháng 10.

1073

七五三
しち ご さん

七五三のお祝いに、神社で記念写真を撮る。
しち ご さん　　　いわ　　　じんじゃ　き ねんしゃしん　　と

名　**celebration of children's third fifth and seventh years**
Ngày lễ Shichi-go-san

We go to shrines and have our pictures taken to celebrate Shichi-Go-San.
Chụp ảnh kỷ niệm ở đền thờ Thần đạo mừng ngày lễ Shichi-go-san.

☞ November 15th / ngày 15 tháng 11

1074

大みそか
おお

日本では大みそかに、そばを食べる習慣がある。
に ほん　　　おお　　　　　　た　　しゅうかん

名　**New Year's Eve**
đêm giao thừa

In Japan, there is a custom of eating soba on New Year's Eve.
Ở Nhật Bản có tập quán ăn mì Soba vào đêm giao thừa.

- **最～**
  さい

  ☞ Making i-adjectives with the meaning "There is no more than this, the most ～ "
  Cùng với tính từ loại I tạo nên nghĩa "～ nhất", "không có gì hơn thế nữa".

例）**最大** largest / lớn nhất　　　　　　**最小** smallest / nhỏ nhất
れい　さいだい　　　　　　　　　　　　　　さいしょう

　　最多 most / tối đa, nhiều nhất　　　**最少** least / tối thiểu, ít nhất
　　さいた　　　　　　　　　　　　　　　　さいしょう

　　最高 highest, best / tuyệt đỉnh, tuyệt vời ⎫　⎧ **最低** lowest, worst / tồi tệ
　　さいこう　　　　　　　　　　　　　　　　　　⎬　⎨ さいてい

　　最良・最善 the best / tốt nhất　　　⎭　⎩ **最悪** worst / tồi tệ
　　さいりょう　さいぜん　　　　　　　　　　　　　　さいあく

　　最新 newest / tối tân, mới nhất
　　さいしん

- **～的**
  てき

  ☞ N +的 gives na-adjectives with the meaning "like ～ ".
  Cấu trúc "N +的 " tạo nên tính từ loại Na có nghĩa "như là～", "một cách ～".

例）**印象的** impressive / một cách ấn tượng　　**一般的** general / thông thường
れい　いんしょうてき　　　　　　　　　　　　　　いっぱんてき

　　意識的 conscious / một cách có ý thức　　**具体的** concrete / cụ thể
　　いしきてき　　　　　　　　　　　　　　　　　ぐたいてき

　　計画的 deliberate / một cách có kế hoạch　**現実的** realistic / mang tính hiện thực
　　けいかくてき　　　　　　　　　　　　　　　　げんじつてき

　　個人的 personal / mang tính cá nhân　　**自動的** automatical / tự động
　　こじんてき　　　　　　　　　　　　　　　　じどうてき

　　社会的 social / mang tính xã hội　　　**世界的** global / thế giới
　　しゃかいてき　　　　　　　　　　　　　　せかいてき

　　全国的 national / toàn quốc　　　　　**理想的** ideal / lý tưởng
　　ぜんこくてき　　　　　　　　　　　　　　りそうてき

- **～化**
  か

  ☞ N +化 〈する〉 takes on the meaning "change to become N".
  Với cấu trúc "N +化 〈する〉" có nghĩa là biến đổi trở thành N.

例）**国際化** globalization / quốc tế hóa
れい　こくさいか

　　デジタル化 digitalization / số hóa
　　　　　か

　　高齢化 aging (of population) / già hóa
　　こうれいか

　　少子化 declining birth rate / trở nên ít trẻ em
　　しょうしか

　　一般化 popularization / phổ biến hóa, tổng quát hóa
　　いっぱんか

　　自由化 liberalization / tự do hóa
　　じゆうか

N3
Chapter
10
ニュースで学ぼう！
まな

Let's Learn from the News!
Hãy học trên bản tin thời sự!

Section 1

マスコミ

The Media / Truyền thông đại chúng

1075 伝わる
つた

動 **to be conveyed, to be passed along, to be communicated**
được truyền đi

インターネットで、世界にニュースが伝わる。
せかい　　　　　　　　　　　つた

News is conveyed throughout the world on the Internet.
Tin thời sự được truyền đi thế giới qua mạng internet.

➕ （〜を）伝える to convey, to communicate, to pass along / truyền, truyền đạt
つた

1076 うわさ 〈する〉

名 **rumor**
đồn đại, lời đồn, tin đồn

悪いうわさは、あっという間に伝わる。
わる　　　　　　　　　　ま　つた

Negative rumors spread in the blink of an eye.
Tin đồn xấu chẳng mấy chốc được truyền đi.

1077 記事
きじ

名 **article**
bài, bài báo

新聞で、興味のある記事だけを読んでいる。
しんぶん　きょうみ　　きじ　　　よ

I only read articles that interest me in the newspaper.
Tôi chỉ đọc các bài mà tôi quan tâm trên báo.

1078 週刊誌
しゅうかんし

名 **weekly magazine**
tuần báo

この週刊誌は、経済の専門雑誌だ。
しゅうかんし　けいざい　せんもんざっし

This weekly magazine specializes in economics.
Tuần báo này là tạp chí chuyên về kinh tế.

➕ 月刊誌 monthly magazine / nguyệt san
げっかんし

1079 政治家
せいじか

名 **politician**
chính trị gia

政治家のインタビュー記事を読む。
せいじか　　　　　　　きじ　よ

I read articles about interviews with politicians.
Tôi đọc bài phỏng vấn một chính trị gia.

1080 政府
せいふ

名 **government**
chính phủ

政府から大切な発表があった。
せいふ　たいせつ　はっぴょう

There was an important announcement from the government.
Có một công bố quan trọng từ chính phủ.

1081

市民
しみん

名 citizen
người dân, công dân

広場に多くの市民が集まった。
ひろば おお しみん あつ

Many citizens gathered in the open area.
Nhiều người dân đã tập trung ở quảng trường.

➕ 国民 a nation, a people / người dân, công dân, nhân dân
こくみん

1082

立場
たちば

名 position, standpoint
lập trường

あの政治家は、国民の立場で話をする。
せいじか こくみん たちば はなし

That politician speaks from the standpoint of the people.
Chính trị gia ấy nói chuyện trên lập trường của người dân.

1083

世の中
よ なか

名 world, in the world
thế gian, xã hội

みんなが暮らしやすい世の中になってほしい。
く よ なか

I hope this world will become a comfortable place to live
in for everyone.
Tôi mong trở thành một xã hội mà ở đó tất cả mọi người
đều dễ sống.

🟰 社会
しゃかい

1084

重大な
じゅうだい

ナ形 serious, important
rất quan trọng, trọng đại

車の会社が重大な発表をした。
くるま かいしゃ じゅうだい はっぴょう

The car company made an important announcement.
Công ty xe hơi đã ra một công bố rất quan trọng.

1085

重要な
じゅうよう

ナ形 important
quan trọng

今日は重要なニュースが多かった。
きょう じゅうよう おお

Today, there was a lot of important news.
Hôm nay có nhiều tin thời sự quan trọng.

1086

大して
たい

副 (not so) much, (not)
very
đặc biệt, to tát

この番組は、日本語の勉強に大して役に立たない。
ばんぐみ にほんご べんきょう たい やく た

This TV program isn't much help for studying Japanese.
Chương trình này không giúp ích gì đặc biệt trong việc học
tiếng Nhật.

➕ 大したことがない nothing special / không có gì đặc biệt, không có gì to tát
たい

1087

くだらない

イ形 trivial, good-for-nothing
vớ vẩn, tầm thường,
chẳng ra gì

くだらない番組を、つい見てしまう。
ばんぐみ み

I always end up watching trivial shows.
Biết thế mà vẫn cứ xem cái chương trình vớ vẩn.

1088

司会者
しかいしゃ

名 master of ceremonies, host
người dẫn chương
trình, MC

春から、番組の司会者がかわった。
はる　　　　ばんぐみ　しかいしゃ

The show's host changed in the spring.
Từ mùa xuân người dẫn chương trình đã thay đổi.

➕ 司会 〈する〉 host, moderating / sự dẫn chương trình
しかい

1089

生放送
なまほうそう

名 live broadcast
truyền hình trực tiếp,
phát sóng trực tiếp

生放送の途中で、何か問題が起きたらしい。
なまほうそう　とちゅう　なに　もんだい　お

It seems that a problem occurred during the live broadcast.
Hình như đã xảy ra vấn đề gì đó khi đang truyền hình trực tiếp.

🟰 ライブ ➕ 再放送 rerun, rebroadcasting / phát lại
さいほうそう

1090

商品
しょうひん

名 goods, merchandise
sản phẩm

この商品は、とても売れている。
しょうひん　　　　　う

This merchandise is really selling.
Sản phẩm này bán rất chạy.

➕ 新商品 new product, new merchandise / sản phẩm mới
しんしょうひん

1091

発売 〈する〉
はつばい

名 putting something on
the market
bán ra, bắt đầu bán

明日、新しいゲームが発売される。
あした　あたら　　　　　　はつばい

Tomorrow, a new game goes on sale.
Ngày mai, game mới sẽ bắt đầu được bán.

➕ 新発売 new product on the market / đợt bán mới
しんはつばい

1092

評判
ひょうばん

名 reputation
đánh giá

新しく出版された雑誌は、評判がいい。
あたら　しゅっぱん　ざっし　ひょうばん

The newly published magazine has a good reputation.
Tạp chí mới xuất bản được đánh giá tốt.

1093

注目 〈する〉
ちゅうもく

名 notice, attention
dồn sự chú ý

世界中の人が、その女優に注目している。
せかいじゅう　ひと　　　じょゆう　ちゅうもく

People around the world are taking notice of that actress.
Mọi người trên thế giới đang dồn sự chú ý đến nữ diễn viên ấy.

1094

ヒット 〈する〉

名 hit
hot, gây sốt, nhiều
người thích

今一番ヒットしている曲をダウンロードした。
いまいちばん　　　　　　きょく

I downloaded the biggest hit song right now.
Tôi đã tải ca khúc đang được nhiều người thích nhất hiện nay.

➕ ヒット曲 hit song / ca khúc được nhiều người thích・ヒット作 hit piece, popular work /
きょく
さく
tác phẩm hot・ヒット商品 hit product / sản phẩm hot
しょうひん

1095
□

やっぱり

A「あの二人は結婚するそうですね。」
　　ふたり　　けっこん
B「やっぱり二人は付き合っていたんですね。」
　　　　　　ふたり　つ　あ

副 | **as I thought** | A: I hear that those two are going to get married.
| **quả là, đúng là** | B: So they had been dating, just as I thought.
| | A: Nghe nói 2 người đó sẽ kết hôn nhi!
| | B: Đúng là 2 người này từ trước tới giờ yêu nhau nhi!

🟰 やはり （written word / từ văn phong viết）

👉 In conversation, just やっぱり alone can be used to convey that something happened
just as one thought it would. / Trong hội thoại, trường hợp muốn nói rằng đúng như
mình nghĩ thì cũng có khi người ta chỉ dùng mỗi từ " やっぱり ".

1096
□

まさか

A「あの番組の司会者が、昨日入院したって。」
　　ばんぐみ　しかいしゃ　きのうにゅういん
B「まさか。あんなに元気だったのに。」
　　　　　　　　　　げんき

副 | **no way, cannot be** | A: I hear the host of that show was hospitalized yesterday.
| **lẽ nào lại vậy** | B: No way. And he seemed so healthy.
| | A: Nghe nói MC chương trình đó nhập viện ngày hôm qua.
| | B: Lẽ nào lại vậy! Anh ấy trông khỏe thế kia mà?

👉 In conversation, just まさか alone can be used to convey that that one cannot believe
what has happened. / Trong hội thoại, trường hợp muốn nói rằng mình không thể tin
được thì cũng có khi người ta chỉ sử dụng mỗi từ " まさか ".

1097
□

やっと

A国とB国の問題が、やっと解決された。
エーこく　ビーこく　もんだい　　　　かいけつ

副 | **finally** | The problem between county A and country B has finally
| **cuối cùng, mãi cũng** | been resolved.
| | Vấn đề của nước A và nước B cuối cùng cũng được giải
| | quyết xong.

1098
□

結局
けっきょく

結局、この記事はうそだった。
けっきょく　　きじ

副 | **ultimately, in the end** | In the end, this article was a fabrication.
| **kết cục, cuối cùng** | Kết cục hóa ra là bài báo này đã nói dối.

事件
じけん

Incidents / Vụ việc

1099

怪しい
あや

イ形

suspicious
khả nghi

怪しい人を見たら、警察に連絡してください。
あや　　ひと　み　　　けいさつ　れんらく

If you see a suspicious person please inform the police.
Nếu nhìn thấy người khả nghi, hãy liên lạc với cảnh sát!

1100

恐ろしい
おそ

イ形

horrible, frightful
sợ, đáng sợ

最近は、恐ろしい事件が多い。
さいきん　　おそ　　　じけん　おお

Lately, there have been many frightful incidents.
Gần đây có nhiều vụ việc đáng sợ.

1101

暴れる
あば

動

to behave violently, to
be unruly
đập phá, quậy phá

この近くで、男が暴れていたらしい。
ちか　　　おとこ　あば

They say there was a man behaving violently in this area.
Nghe nói, ở gần đây có người đàn ông quậy phá.

➕ 暴力 violence / bạo lực
ぼうりょく

1102

争う
あらそ

動

to fight
tranh cãi, đấu tranh

夜中に、男性と女性が争う声が聞こえた。
よなか　　だんせい　じょせい　あらそ　こえ　き

In the night, I heard the voices of a man and a woman
fighting.
Nửa đêm tôi nghe thấy tiếng người đàn ông và người đàn
bà tranh cãi.

➕ 争い fight, battle / cuộc tranh cãi, cuộc chiến ・ 言い争い argument, verbal fight / sự cãi vã
あらそ　　　　　　　　　　　　　　　　　　　　　　　　　い　あらそ

1103

犯罪
はんざい

名

crime
tội phạm

あの町は犯罪が多い。
まち　はんざい　おお

That town has a lot of crime.
Thành phố đó có nhiều tội phạm.

1104

発見者
はっけんしゃ

名

discoverer
người phát hiện

警察は、怪しいかばんの発見者に話を聞いている。
けいさつ　　あや　　　　　　はっけんしゃ　はなし　き

The police are talking to the person who found the
suspicious bag.
Cảnh sát hỏi chuyện người phát hiện ra chiếc cặp khả nghi.

1105 疑う うたが	警察に、第一発見者が疑われているようだ。 けいさつ　だいいちはっけんしゃ　うたが
動　to doubt nghi ngờ	The police are doubting the initial discoverer. Dường như người phát hiện đầu tiên bị cảnh sát nghi ngờ.

➕ 疑い doubt / (sự) nghi ngờ
うたが

1106 うそつき	だれも彼をうそつきとは思わなかった。 かれ　おも
名　liar kẻ nói dối, sự nói dối	No one thought he was a liar. Không ai nghĩ anh ta là kẻ nói dối.

1107 犯人 はんにん	犯人は、二十歳くらいの男らしい。 はんにん　は たち　おとこ
名　culprit, criminal phạm nhân, thủ phạm	It seems the culprit is a man of about 20. Nghe nói thủ phạm là nam giới khoảng 20 tuổi.

1108 いたずら 〈な / する〉	子どものいたずらが、大きな事件になった。（名） こ　おお　じ けん いたずらな子どもが、線路に石を置いた。（ナ形） こ　せんろ　いし　お
名 ナ形　prank, practical joke, mischief trò nghịch ngợm (nghịch ngợm)	The child's prank turned into a big ordeal. A mischievous child put a rock on the railway tracks. Trò nghịch ngợm của trẻ con đã trở thành một vụ án lớn. Đứa trẻ nghịch ngợm kê hòn đá trên đường tàu.

1109 さけぶ	外で女性が大きな声でさけんでいる。 そと　じょせい　おお　こえ
動　to scream, to shout gào, thét	Outside, a woman is screaming in a loud voice. Người phụ nữ đang gào thét to ở bên ngoài.

➕ さけび声 shout, scream / tiếng gào thét
ごえ

1110 たたく	だれかがドアをたたいている。
動　to strike, to hit gõ	Someone is knocking on the door. Có ai đó đang gõ cửa.

➕ ぶつ to hit, to beat / đánh

1111 盗む ぬす	泥棒に指輪を盗まれた。 どろぼう　ゆび わ　ぬす
動　to steal lấy trộm	My ring was stolen by a thief. Tôi bị kẻ trộm lấy trộm chiếc nhẫn.

1112

うばう
☐

動 | to take
cướp

道を歩いていて、ハンドバッグをうばわれた。
みち　ある

I was walking down the street when my handbag was taken.
Đang đi đường thì bị cướp túi xách.

1113

捜す
さが
☐

動 | to look for
tìm

警察が犯人を捜している。
けいさつ　はんにん　さが

The police are looking for the culprit.
Cảnh sát đang truy tìm thủ phạm.

1114

追う
お
☐

動 | to chase, to pursue
đuổi theo

警察が犯人を追っている。
けいさつ　はんにん　お

The police are pursuing the culprit.
Cảnh sát đang đuổi theo thủ phạm.

1115

捕まえる
つか
☐

動 | to catch
bắt, tóm

警察が犯人をやっと捕まえた。
けいさつ　はんにん　つか

The police finally caught the culprit.
Cuối cùng cảnh sát cũng bắt được thủ phạm.

1116

捕まる
つか
☐

動 | to be caught
bị bắt

家の近くで、犯人が捕まった。
いえ　ちか　はんにん　つか

The criminal was caught near my house.
Thủ phạm bị bắt gần nhà tôi.

1117

逮捕〈する〉
たいほ
☐

名 | arrest
sự bắt, tóm

犯人が逮捕されて、市民は安心した。
はんにん　たいほ　しみん　あんしん

The culprit was arrested, and the citizens were all relieved.
Tên thủ phạm đã bị bắt khiến người dân an tâm.

1118

気味が悪い
きみ　わる
☐

イ形 | creepy, uneasy feeling
cảm thấy ghê ghê, cảm thấy sợ sợ

知らない人から電話がかかってきて、
し　ひと　でんわ
気味が悪い。
きみ　わる

I felt uneasy when I got a call from someone I didn't know.
Có người lạ gọi điện đến, cảm thấy sợ sợ.

1119

パトカー
☐

名 | patrol car, police car
xe cảnh sát

昨日、深夜までパトカーの音が聞こえた。
きのう　しんや　おと　き

Yesterday, I heard the sound of police cars all throughout the night.
Hôm qua, tôi nghe thấy tiếng xe cảnh sát đến tận nửa đêm.

➕ 救急車 ambulance / xe cấp cứu
きゅうきゅうしゃ

気をつけよう！
き

Let's Be Careful! / Hãy chú ý!

1120

（事故に）あう
じ こ

動 to have (an accident)
gặp (tai nạn)

子どものころ、交通事故にあったことがある。
こ　　　　　こうつう じ こ

When I was a child, I was once in a traffic accident.
Hồi bé, tôi từng bị gặp tai nạn giao thông.

👉 The kanji for this あう is 遭う. / Chữ Hán của "あう" là "遭う".

1121

発生 〈する〉
はっせい

名 to occur
sự phát sinh, xảy ra

あの交差点では、毎日事故が発生している。
こうさてん　　　まいにち じ こ　　はっせい

Accidents occur every day at that intersection.
Ở giao lộ ấy tai nạn xảy ra hàng ngày.

1122

命
いのち

名 life
sinh mạng

命は何よりも大切だ。
いのち なに　　　　たいせつ

Nothing is more important than life.
Sinh mạng quan trọng hơn bất cứ thứ gì.

1123

救う
すく

動 to save, to rescue
cứu

知らない人に、命を救ってもらった。
し　　　ひと　　いのち すく

A stranger saved my life.
Tôi được một người không quen biết cứu mạng.

1124

そうぞうしい

イ形 noisy, boisterous
ồn ào

信号の近くが、ずいぶんそうぞうしい。
しんごう　ちか

There's quite a commotion near the traffic signal.
Gần đèn xanh đèn đỏ quá là ồn ào.

＝ さわがしい

1125

さわぐ

動 to make noise
làm ầm ĩ, kêu ầm ĩ

交差点でさわいでいる人がいる。
こうさてん　　　　　　ひと

There is a person causing a scene at the intersection.
Có người đang kêu ầm ĩ ở giao lộ.

1126

現場
げんば

名 actual spot, scene of the crime, site
hiện trường, chỗ đó

大きな音がしたので、現場に行ってみた。
おお　　おと　　　　　　げんば　　い

There was a loud noise, so I went to see where it came from.
Có tiếng động lớn nên tôi thử ra chỗ đó coi.

➕ 事故現場 scene of an accident / hiện trường xảy ra tai nạn・事件現場 scene of an incident /
じこげんば　　　　　　　　　　　　　　　　　　　　　じけんげんば
hiện trường vụ án・工事現場 construction site / công trường xây dựng
こうじげんば

1127

混乱 〈する〉
こんらん

名 confusion, chaos
sự hỗn loạn, náo loạn

現場は、警察と多くの人で混乱している。
げんば　　けいさつ　おお　　ひと　　こんらん

The scene is chaotic with police officers and so many people.
Hiện trường đang náo loạn bởi cảnh sát và nhiều người.

1128

パニック

名 panic
hoảng loạn

大きな事故の現場を見て、パニックになった。
おお　　じこ　げんば　み

After seeing the scene of the big accident, I panicked.
Nhìn hiện trường vụ tai nạn lớn mà bị hoảng loạn.

1129

無事 〈な〉
ぶじ

名
ナ形 safety, being unharmed
sự an toàn, bình an vô sự (an toàn, bình an)

事故にあった人の無事が確認された。(名)
じこ　　　　ひと　ぶじ　かくにん
いなくなった男の子が、無事に発見された。(ナ形)
おとこ　こ　　ぶじ　はっけん

They confirmed the safety of the person who was in the accident.
The missing boy was found unharmed.
Đã xác nhận được người gặp nạn an toàn.
Đứa bé trai mất tích đã được phát hiện an toàn.

1130

防ぐ
ふせ

動 to protect, to defend, to stop
phòng, đề phòng

警察は、犯罪を防ぐことができなかった。
けいさつ　　はんざい　ふせ

The police could not prevent the crime.
Cảnh sát đã không thể đề phòng được tội phạm.

1131

再び
ふたた

副 again, once more
lại, một lần nữa lại

ひどい事故が再び起きてしまった。
じこ　ふたた　お

A terrible accident has happened again.
Vụ tai nạn thảm khốc một lần nữa lại xảy ra.

1132

わざと

副 on purpose, intentionally
cố tình

運転手は、わざと事故を起こしたのかもしれない。
うんてんしゅ　　　　じこ　お

The driver may have intentionally caused the accident.
Có thể người lái xe đã cố tình để xảy ra tai nạn.

1133

被害者
ひ がい しゃ

事故の被害者は、大けがをしたらしい。
じ こ　　ひ がい しゃ　　　　おお

名 victim
người bị nạn, nạn nhân

It seems the victim of the accident was seriously injured.
Nghe nói nạn nhân trong vụ tai nạn bị thương nặng.

🔀 加害者　➕ 被害 damage, harm, injury / bị thiệt hại
　　か がい しゃ　　　　ひ がい

1134

［お］互いに
　　　たが

自転車に乗っている人も、歩いている人も
じ てん しゃ　 の　　　　　 ひと　　　ある　　　　 ひと
お互いに注意が必要だ。
　たが　　ちゅう い　　ひつ よう

副 both, each other
nhau, cùng nhau

Both people riding bikes and people walking need to pay attention to each other.
Cả người đi xe đạp lẫn người đi bộ cần chú ý nhau.

1135

疑問
ぎ もん

この事故には、いくつかの疑問がある。
　　じ こ　　　　　　　　　　　　ぎ もん

名 question
nghi vấn

There are a few suspicious points about this accident.
Vụ tai nạn này có một vài nghi vấn.

1136

飛び込む
と　 こ

準備運動をしないで、海に飛び込んではいけない。
じゅん び うん どう　　　　　　 うみ　 と　 こ

動 to jump in
nhảy xuống, nhảy vào

You mustn't jump into the sea without warming up first.
Không được nhảy xuống biển mà không khởi động trước.

1137

おぼれる

一人の男性が、お酒を飲んで泳いでおぼれた。
ひとり　だん せい　　　 さけ　 の　　　 およ

動 to drown
đuối nước

A man went swimming after drinking and drowned.
Một người đàn ông bị đuối nước do uống rượu rồi bơi.

1138

飛び出す
と　 だ

子どもが道に、飛び出さないようにしてください。
こ　　　　 みち　　と　 だ

動 to jump out
phi ra, lao ra

Please make sure that children do not run out into the road.
Đừng để trẻ con lao ra đường!

➕ 飛び出し注意 Be careful of things suddenly jumping out (into the road, etc.) /
　と　 だ　　ちゅう い
chú ý người lao ra đường

1139

行方不明
ゆく え ふ めい

山で、3人の男女が行方不明になっている。
やま　　　 にん　 だん じょ　ゆく え ふ めい

名 whereabouts unknown
mất tích

Three men and women went missing in the mountains.
Có ba người nam nữ mất tích trên núi.

1140

亡くなる
な

動 to pass away
mất, chết

毎年、登山中に亡くなる人がいる。
まいとし　とざんちゅう　な　ひと

Every year, some people pass away while hiking in the mountains.

Hàng năm có người chết khi đang leo núi.

1141

偶然
ぐうぜん

名 coincidence, chance,
副 coincidently, by chance
ngẫu nhiên, tình cờ

それは偶然の事故だった。(名)
ぐうぜん　じこ

高校の友だちに偶然会った。(副)
こうこう　とも　ぐうぜん　あ

That was a coincidental accident.

I met a friend from high school by chance.

Đó là một vụ tai nạn ngẫu nhiên.

Tôi tình cờ gặp lại bạn hồi cấp ba.

トラブル

Trouble / Rắc rối

1142
☐

苦情
くじょう

名 grievance, complaint
kêu ca, phàn nàn

近所から苦情があったので、謝った。
きんじょ　　　くじょう　　　　　　　　　あやま

I received a complaint from the neighborhood, so I apologized.
Bị hàng xóm kêu ca, tôi đã xin lỗi.

■ クレーム

1143
☐

あわただしい

イ形 hurried, confused, busy
tất bật

ゆうべ社長が亡くなり、今日は一日あわただしい。
しゃちょう　な　　　　きょう　いちにち

Last night, the company president suddenly passed away, so today is very chaotic.
Giám đốc đột ngột mất tối qua, hôm nay tất bật cả 1 ngày.

1144
☐

あわてる

動 to be flustered, to panic
cuống lên

バッグの中に財布が見つからず、あわてた。
なか　さいふ　み

I panicked when I couldn't find my wallet in my bag.
Tôi đã cuống lên vì không nhìn thấy ví trong túi đâu.

1145
☐

いきなり

副 suddenly
bỗng nhiên

アパートの前で、いきなり名前を呼ばれた。
まえ　　　　　　　なまえ　よ

Someone suddenly called my name in front of my apartment.
Tôi bỗng nhiên bị gọi tên trước căn hộ.

1146
☐

いじめ

名 bullying
sự trêu chọc, bắt nạt

いじめは社会の問題だ。
しゃかい　もんだい

Bullying is a social problem.
Bắt nạt là một vấn đề của xã hội.

1147
☐

いじめる

動 to bully
trêu chọc, bắt nạt

友だちをいじめるなんて、最低だ。
とも　　　　　　　　　さいてい

Bullying one's friends is abominable.
Bắt nạt bạn bè thật là tệ!

1148
☐

迷子
まいご

名 lost person
trẻ lạc, sự đi lạc

日本へ来たころ、よく迷子になった。
にほん　き　　　　　　まいご

When I first came to Japan, I often got lost.
Hồi đến Nhật, tôi hay bị lạc đường.

1149

場合
ばあい

名 instance, occasion
trường hợp

迷子になった場合は、交番で聞いてください。
まいご　　　　　ばあい　　こうばん　き

If you get lost, ask for help at a police box.
Trường hợp bị lạc, hãy đến đồn cảnh sát hỏi đường.

1150

落とす
お

動 to drop, to let fall
đánh rơi

駅で定期券を落としたが、戻ってきた。
えき　ていきけん　お　　　　　もど

I dropped my commuter pass at the station, but it was returned to me.
Tôi đánh rơi vé tháng ở ga nhưng đã được trả lại.

➕ （〜が）落ちる to fall, to be dropped / rơi
お

1151

なくす

動 to lose
đánh mất, làm mất

大切な書類をなくして、部長にひどく叱られた。
たいせつ　しょるい　　　　　　ぶちょう　　　しか

I lost some important documents and got scolded badly by the department chief.
Tôi làm mất giấy tờ quan trọng, bị trưởng phòng mắng thậm tệ.

➕ （〜が）なくなる to go missing / mất

1152

借金 〈する〉
しゃっきん

名 loan
sự vay tiền, tiền nợ

親に借金をしたが、まだ半分も返していない。
おや　しゃっきん　　　　　　はんぶん　かえ

I got a loan from my parents, but I still haven't repaid half of it yet.
Tôi vay tiền của bố mẹ nhưng vẫn chưa trả được một nửa.

1153

ずるい

イ形 dishonest, sly
gian dối, khôn lỏi

彼はずるい人だから、信じないほうがいい。
かれ　　　　ひと　　　　しん

He's a dishonest person, so you shouldn't believe him.
Anh ta là một người gian dối, vì vậy không nên tin.

1154

倒れる
たお

動 to fall over, to collapse
đổ, đổ bệnh

①地震でビルが倒れた。
じしん　　　　たお
②仕事のしすぎで、倒れてしまった。
しごと　　　　　たお

① The building collapsed due to an earthquake.
② I worked too much, and fell ill.
① Toà nhà bị đổ vì động đất.
② Làm việc nhiều quá bị đổ bệnh.

➕ ①（〜を）倒す to knock over, to push over / làm đổ
たお

☞ ① to collapse, to crumble ② to fall ill / ① đổ vỡ ② bị bệnh

1155

転ぶ
ころ

動 to trip, to fall
bị ngã

雪の日に転んで、足の骨を折った。
ゆき ひ ころ あし ほね お

I tripped on a snowy day and broke my leg.
Vào hôm tuyết rơi, tôi bị ngã gãy xương chân.

1156

（会社が）
かいしゃ
つぶれる

動 to go out of business (a
company, etc.)
(công ty) bị phá sản, bị
dập

①箱を落として、ケーキがつぶれてしまった。
はこ お

②友だちの会社がつぶれたそうだ。
とも かいしゃ

① I dropped the box and the cake was smashed.
② My friend's company is in danger of going out of business.
① Tôi đánh rơi hộp khiến bánh ga-tô bị dập.
② Công ty của bạn tôi nghe nói bị phá sản.

= ②倒産する ＋ (〜を) つぶす to ruin, to crush / đập, dập nát, phá
とうさん

👉 ① to be smashed/crushed ② to go out of business / ① hình dáng bị phá vỡ ② phá sản

1157

次々［と］
つぎつぎ

副 one by one, one after
another
liên tiếp

会社で、次々と問題が発生した。
かいしゃ つぎつぎ もんだい はっせい

At the office, problems occurred one after the other.
Trong công ty các vấn đề liên tiếp phát sinh.

1158

停電 〈する〉
ていでん

名 blackout
sự mất điện, cúp điện

地域で停電があり、2時間も回復しなかった。
ちいき ていでん じかん かいふく

There were blackouts in the region, and power didn't
return for more than two hours.
Tại khu vực đã xảy ra tình trạng mất điện và mãi không
phục hồi được trong vòng hai tiếng.

1159

断水 〈する〉
だんすい

名 cut off of water supply
sự mất nước, cúp nước

この地域は地震で断水した。
ちいき じしん だんすい

Water supply was cut off because of the earthquakes in
this region.
Khu vực này bị mất nước do động đất.

1160

ゆれる

動 to shake, to quake
rung lắc

このマンションは、地震のとき、けっこうゆれる。
じしん

This condominium building shakes quite a bit during
earthquakes.
Tòa nhà chung cư này bị rung lắc khá mạnh khi động đất.

1075・1180

1161
□

ぐらぐら〈する〉

地震で家具がぐらぐら揺れた。
じしん　かぐ　　　　　ゆ

副 | unsteadily, faltering
bần bật

In the earthquake, the furniture shook unsteadily.
Đồ đạc trong nhà rung bần bật vì động đất.

1162
□

非常口
ひじょうぐち

非常口は必ず確認しておきましょう。
ひじょうぐち　かなら　かくにん

名 | emergency exit
lối thoát hiểm

Be sure to take note of the emergency exits.
Chúng ta nhất định phải kiểm tra sẵn xem lối thoát hiểm ở đâu!

➕ 非常時 (in) case of emergency / khi khẩn cấp
ひじょうじ

データ

Data / Dữ liệu

1163 ☐

増加 〈する〉
ぞうか

名 **increase**
sự gia tăng, tăng lên

海外からの観光客が増加している。
かいがい　　　　　　　かんこうきゃく　ぞうか

The number of tourists from overseas is increasing.
Khách du lịch đến từ nước ngoài tăng lên.

1164 ☐

減少 〈する〉
げんしょう

名 **decrease**
sự giảm thiểu, giảm đi

子どもの数は、相変わらず減少している。
こ　　　　かず　　あいか　　　　げんしょう

The number of children is decreasing, just as before.
Số trẻ em vẫn bị giảm đi.

1165 ☐

超える
こ

動 **to go over, to surpass**
vượt

アンケートで「はい」と答えた人が、半分を超えた。
こた　　ひと　　はんぶん　こ

More than half of the people answered "yes" in the survey.
Số người trả lời "Có" trong phiếu thăm dò khảo sát đã
vượt một nửa.

1166 ☐

ピーク

名 **peak**
đỉnh điểm, cao nhất

今日の暑さが、今年のピークと言えるだろう。
きょう　あつ　　　ことし　　　　　　い

It could be said that today's heat is the peak for this year.
Cái nóng ngày hôm nay có thể nói là cao nhất năm nay.

1167 ☐

越える
こ

動 **to pass**
qua

インフルエンザはピークを越えたようだ。

The peak of influenza seems to have passed.
Dịch cúm dường như là đã vượt qua giai đoạn đỉnh điểm.

1168 ☐

全体
ぜんたい

名 **all of, entire**
toàn bộ

全体の80パーセントの人が、反対だと答えた。
ぜんたい　　はちじゅっ　　　　　ひと　　はんたい　こた

Eighty percent of the total answered that they were against
it.
80% toàn bộ số người trả lời phản đối.

➕ **全体的な** overall / toàn bộ, tổng thể chung
ぜんたいてき

1169 ☐

かなり

副 **pretty, fairly**
đáng kể

かなりの人が賛成していないことがわかった。
ひと　さんせい

We found that a fair number of people did not agree.
Ta thấy rằng, một số người đáng kể không tán thành.

1170 信用 〈する〉
しんよう

名 trust
sự tin tưởng

このデータは信用できる。
しんよう

This data is trustworthy.
Dữ liệu này có thể tin tưởng được.

1171 失う
うしな

動 to lose
đánh mất

彼は重要なデータを消してしまい、信用を失った。
かれ じゅうよう け しんよう うしな

He accidentally deleted some important data, and he lost his credibility.
Anh ta lỡ xóa mất dữ liệu quan trọng nên đã đánh mất sự tin tưởng.

1172 正常 〈な〉
せいじょう

名
ナ形
normal
bình thường

このパソコンは正常に動いている。（ナ形）
せいじょう うご

This computer is running normally.
Cái máy vi tính này hoạt động bình thường.

1173 不景気 〈な〉
ふけいき

名
ナ形
economic crisis
tình trạng kinh tế trì trệ

もう何年も不景気が続いている。（名）
なんねん ふけいき つづ
不景気な社会を変えたい。（ナ形）
ふけいき しゃかい か

The economic crisis has continued for several years.
I want to change this economically depressed society.
Tình trạng kinh tế trì trệ đã kéo dài nhiều năm nay.
Tôi muốn thay đổi xã hội kinh tế trì trệ.

1174 円高
えんだか

名 strong yen
đồng yên tăng giá

円高で、損をする人も得をする人もいる。
えんだか そん ひと とく ひと

There are people who profit from the strong yen, and people who do not.
Có người bị thiệt và cũng có người được lợi từ đồng yên tăng giá.

↔ 円安
えんやす

1175 平均 〈する〉
へいきん

名 average
bình quân

今回のテストの平均点は、７５点だった。
こんかい へいきんてん ななじゅうご てん

The average for this test was a score of 75 points.
Điểm bình quân của kỳ thi đợt này là 75 điểm.

➕ 平均点 average score / điểm bình quân
へいきんてん

1176 およそ

副 approximately
khoảng, khoảng chừng

合格者は、およそ２０パーセントだ。
ごうかくしゃ にじゅう

Approximately 20 percent of the people passed the test.
Người thi đỗ khoảng chừng 20%.

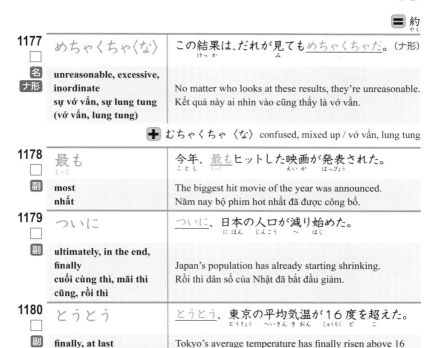

≡ 約
やく

1177
☐

めちゃくちゃ〈な〉

この結果は、だれが見てもめちゃくちゃだ。（ナ形）
けっか　　　　　　　　　み

名
ナ形

unreasonable, excessive,
inordinate
sự vớ vẩn, sự lung tung
(vớ vẩn, lung tung)

No matter who looks at these results, they're unreasonable.
Kết quả này ai nhìn vào cũng thấy là vớ vẩn.

➕ むちゃくちゃ〈な〉 confused, mixed up / vớ vẩn, lung tung

1178
☐

最も
もっと

今年、最もヒットした映画が発表された。
ことし　もっと　　　　　　　えいが　はっぴょう

副

most
nhất

The biggest hit movie of the year was announced.
Năm nay bộ phim hot nhất đã được công bố.

1179
☐

ついに

ついに、日本の人口が減り始めた。
にほん　じんこう　へ　はじ

副

ultimately, in the end,
finally
cuối cùng thì, mãi thì
cũng, rồi thì

Japan's population has already starting shrinking.
Rồi thì dân số của Nhật đã bắt đầu giảm.

1180
☐

とうとう

とうとう、東京の平均気温が１６度を超えた。
とうきょう　へいきんきおん　じゅうろく　ど　こ

副

finally, at last
cuối cùng thì, mãi thì
cũng

Tokyo's average temperature has finally risen above 16
degrees.
Cuối cùng thì nhiệt độ trung bình ở Tokyo đã vượt qua 16
độ.

❌ **否定表現** Negative Expressions / Cách nói phủ định
ひていひょうげん

● **不〜** ＝**〜が足りない** 不〜 ＝ not sufficient 〜 / thiếu, mất, không 〜
ふ　　　　た

例）	不可能	not possible, impossible / không có khả năng
れい	ふかのう	
	不自然	unnatural / mất tự nhiên
	ふしぜん	
	不完全	incomplete / không hoàn chỉnh
	ふかんぜん	
	不自由	impaired, disabled / mất tự do
	ふじゆう	
	不まじめ	frivolous / không nghiêm túc
	ふ	
	不合格	failure / không đỗ, trượt
	ふごうかく	
	不安定	unstable / bất ổn định, không ổn định
	ふあんてい	

● **無〜** ＝**〜がない** 無〜 ＝ without 〜 / vô, không 〜 ＝ không có 〜
む

例）	無意味	meaningless / vô nghĩa
れい	むいみ	
	無関心	apathy, indifference / không quan tâm
	むかんしん	
	無許可	without permission / vô phép, không cho phép
	むきょか	
	無責任	irresponsible / vô trách nhiệm
	むせきにん	
	無計画	without any plan / vô kế hoạch
	むけいかく	
	無免許	without a license / không giấy phép
	むめんきょ	
	無表情	emotionless / vô cảm
	むひょうじょう	

• **非～**　**＝～ではない**　非～ = not ～ / không, phi ～ = không phải là ～

例）**非日常**　　extraordinary / không thông thường

　　非公開　　not open to the public / không công khai

　　非公式　　not made public / phi công thức

　　非常識　　lack of common sense / trái lẽ thường, trái với thường thức

• **未～**　**＝まだ～ない**　未～ = not yet ～ / chưa, vị ～ = vẫn chưa ～

例）**未使用**　　unused / chưa sử dụng

　　未成年　　underage / vị thành niên

　　未解決　　unresolved / chưa giải quyết

　　未開発　　undeveloped / chưa phát triển

　　未経験　　inexperienced / chưa có kinh nghiệm

気持ちを伝えよう！
きも　　　つた

Let's Convey How We Feel!
Hãy truyền đạt cảm xúc của mình!

性格
せいかく

Personality / Tính cách

1181 個性
こせい

名 individuality
cá tính

一人ひとりの個性を大切にしよう。
ひとり　　　　こせい　　たいせつ

Let's respect each person's individuality.
Hãy coi trọng cá tính của mỗi người!

➕ 個性的な individual, personal / cá tính
こせいてき

1182 まじめ〈な〉

名 serious, diligent
ナ形 sự nghiêm túc (nghiêm túc)

彼は、とてもまじめな会社員だ。(ナ形)
かれ　　　　　　　　　　　かいしゃいん

He is a very diligent company employee.
Anh ấy là một nhân viên rất nghiêm túc.

1183 働き者
はたら　もの

名 hard worker
người chăm làm, người
hay lam hay làm

私の母は働き者だ。
わたし　はは　はたら　もの

My mother is a hard worker.
Mẹ tôi là một người hay lam hay làm.

1184 正直〈な〉
しょうじき

名 honest
ナ形 sự thật (thật thà, thẳng
thắn)

うそはいけません。正直に言いなさい。(ナ形)
　　　　　　　　　　　しょうじき　い

You mustn't tell lies. Speak honestly.
Không được nói dối. Hãy nói thật đi!

➕ 正直者 honest person / người thật thà
しょうじきもの

1185 素直な
すなお

ナ形 straightforward
dễ bảo, hiền

弟は、とても素直な性格だ。
おとうと　　　　　すなお　せいかく

My younger brother has a very straightforward personality.
Em trai tôi tính cách hiền lành dễ bảo.

1186 積極的な
せっきょくてき

ナ形 assertive, active
tích cực

会社では、積極的に仕事をしている。
かいしゃ　　　せっきょくてき　しごと

I do my work assertively at the office.
Trong công ty tôi tích cực làm việc.

1187 ☐

消極的な
しょうきょくてき

ナ形 passive

tiêu cực

彼は消極的なタイプだ。
かれ　しょうきょくてき

He's the passive type.

Anh ấy là típ người tiêu cực.

1188 ☐

ほがらかな

ナ形 bright, cheerful

hồ hởi, vui tính

ほがらかな人と一緒にいると、楽しくなる。
ひと　いっしょ　たの

Being with a cheerful person makes you happy.

Ở bên người vui tính sẽ trở nên vui vẻ.

1189 ☐

人なつっこい
ひと

イ形 friendly, sociable

dễ làm thân, dễ mến, thân thiện

彼女は人なつっこいので、先輩にかわいがられる。
かのじょ　ひと　せんぱい

She is a friendly person, so she favored by her senior.

Cô ấy thân thiện nên được đàn anh quý.

☰ 人なつっこい
ひと

1190 ☐

おだやかな

ナ形 calm, gentle, quiet

điềm đạm, ôn hòa

彼はおだやかなので、みんなに好かれる。
かれ　す

He is a gentle person, loved by all.

Anh ấy điềm đạm, được mọi người mến.

1191 ☐

のん気な
き

ナ形 carefree, happy-go-lucky

ung dung, đủng đỉnh

のん気に遊んでいないで、勉強しなさい。
き　あそ　べんきょう

Stop playing so care freely and go study.

Đừng có đủng đỉnh chơi nữa, hãy học đi!

1192 ☐

おとなしい

イ形 quiet, docile

hiền lành, trầm tính

姉は、会社ではおとなしいらしい。
あね　かいしゃ

It seems that my older sister is quiet at work.

Chị gái tôi có vẻ trầm tính khi ở công ty.

1193 ☐

そそっかしい

イ形 careless, thoughtless

hậu đậu, bất cẩn, hấp tấp

田中さんはそそっかしくて、1日に3回はミスする。
たなか　にち　かい

Tanaka-san is so careless that he makes three mistakes in a day.

Anh Tanaka hậu đậu, một ngày 3 lần mắc lỗi.

1194 ☐

いいかげんな

ナ形 irresponsible, careless

lấy lệ, qua loa, đại khái

いいかげんな返事をしてはいけません。
へんじ

You must not make careless replies.

Không được trả lời lấy lệ!

1195

意地悪 〈な〉
いじわる

意地悪をするのは、やめなさい。(名)
いじわる

意地悪な人は嫌われる。(ナ形)
いじわる　　ひと　きら

名
ナ形

mean
sự ác ý (ác ý)

Stop doing mean things.
Mean people are often disliked.
Hãy thôi ngay những việc làm ác ý!
Người độc ác sẽ bị ghét bỏ.

1196

わがまま 〈な〉

わがままを言わないでください。(名)
い

彼女はわがままな性格だ。(ナ形)
かのじょ　　　　　　　せいかく

名
ナ形

selfish
sự đòi hỏi, bướng bỉnh,
ích kỷ

Please don't say such selfish things.
She is selfish.
Đừng có đòi hỏi bướng bỉnh.
Cô ấy có tính cách bướng bỉnh.

1197

勝手 〈な〉
かって

勝手に人のノートを見ないでください。(ナ形)
かって　ひと　　　　み

名
ナ形

selfish, self-centered
sự tùy tiện, tự tiện

Please don't look at people's notes without permission.
Không được tự tiện xem vở của người khác.

1198

図々しい
ずうずう

彼は、勝手に人の辞書を使う。図々しい人だ。
かれ　　かって　ひと　じしょ　つか　　ずうずう　　ひと

イ形

shameless, audacious
vô tư, vô duyên

He uses other dictionaries without asking. What a
shameless person.
Anh ấy tự tiện dùng từ điển của người khác. Thật là người
vô tư.

1199

生意気 〈な〉
なまいき

彼女は生意気だが、嫌いじゃない。(ナ形)
かのじょ　なまいき　　　きら

名
ナ形

impudent, sassy
sự xấc láo, hỗn hào (xấc
láo, hỗn)

She's a little sassy, but I don't dislike her.
Cô ta xấc láo nhưng tôi không ghét.

1200

けち 〈な〉

彼はけちだから、ごちそうしてくれない。(ナ形)
かれ

名
ナ形

stinginess, cheapness,
stingy, cheap
sự hà tiện, keo kiệt (hà
tiện, keo kiệt)

He is stingy, so he won't treat me to a meal.
Anh ta keo kiệt nên không đãi tôi.

1201

しつこい

彼は<u>しつこい</u>から、きっとあきらめないだろう。
かれ

イ形 | (annoyingly) persistent
dai dẳng, bền bỉ, cố chấp

He is persistent, so he probably won't give up.
Anh ta là người bền bỉ nên chắc chắn sẽ không bỏ cuộc.

1202

鋭い
するど

①彼は<u>鋭い</u>ナイフを探している。
かれ　するど　　　　さが
②母は<u>鋭い</u>ので、私のうそに気づく。
はは　するど　　　わたし　　　　き

イ形 | sharp
sắc, nhạy bén, tinh tường

① He is looking for a sharp knife.
② My mother is sharp, so she notices it when I'm lying.
① Anh ấy đang tìm con dao bén.
② Mẹ tôi là người nhạy bén nên nhận ra tôi nói dối.

👉 ① sharp and able to cut well ② has superior senses / ① sắc bén ② cảm nhận tốt

1203

鈍い
にぶ

父は<u>鈍い</u>から、はっきり言わないとわからない。
ちち　にぶ　　　　　　　　　　い

イ形 | dim, dull
cùn, chậm chạp

My father is dim, so he won't understand if you don't say it clearly.
Bố tôi chậm chạp nên không nói rõ là ông không hiểu.

1204

単純 〈な〉
たんじゅん

①彼は<u>単純な</u>計算ミスをした。（ナ形）
かれ　たんじゅん　けいさん
②彼は<u>単純な</u>ところがある。（ナ形）
かれ　たんじゅん

名
ナ形 | simple, uncomplicated
đơn giản, chất phác

① He made a simple calculation mistake.
② He has some simple points to him.
① Anh ta nhầm những tính toán đơn giản.
② Anh ta có chỗ chất phác.

👉 ① uncomplicated ② has a simple way of thinking
① Không phức tạp ② cách suy nghĩ đơn giản

1205

オーバーな

あの人は何でも<u>オーバーに</u>言う。
ひと　なん　　　　　　　い

ナ形 | over, to an extreme
quá, thái quá

That person exaggerates everything.
Người ấy cái gì cũng nói quá lên.

≡ 大げさな
おお

👉 オーバー〈する〉 means to go over a certain set standard. / Với cấu trúc " オーバー〈する〉 " được dùng với nghĩa vượt quá một tiêu chuẩn nào đó.

1206
欠点
けってん

名 **flaw, shortcoming**
khuyết điểm

だれにでも欠点がある。
けってん

Everyone has flaws.
Ai cũng có khuyết điểm.

➕ 弱点 weak point / nhược điểm
じゃくてん

1207
くせ

名 **habit**
tật

話しているときに髪にさわるのが私のくせです。
はな　　　　　　　　　かみ　　　　　　　　わたし

I have a habit of touching my hair when I talk.
Tôi có tật vuốt tóc khi nói chuyện.

➕ 口ぐせ favorite phrase / tật nói
くち

1208
器用な
きよう

ナ形 **dexterous, skillful**
khéo léo, khéo tay

姉は器用で、料理も上手だ。
あね　きよう　　りょうり　じょうず

My older sister is very dexterous and also good at cooking.
Chị gái tôi khéo tay, nấu ăn giỏi.

↔ 不器用な
ぶきよう

うれしい気持ち
き も

Happy Feelings / Tâm trạng vui mừng

1209
感情
かんじょう

名 emotion
cảm xúc

彼女は感情を人に見せない。
かのじょ　かんじょう　ひと　み

She doesn't show her emotions to other people.
Cô ấy không cho ai biết cảm xúc của mình.

➕ 感情的な emotional / cảm tính, đồng bóng
かんじょうてき

1210
あこがれる

動 to admire
ngưỡng mộ

この女優に、ずっとあこがれている。
じょゆう

I have long admired this actress.
Tôi ngưỡng mộ nữ diễn viên này suốt lâu nay.

➕ あこがれ admiration / sự ngưỡng mộ

1211
うらやましい

イ形 jealous
ghen tị, thèm muốn

彼には欠点がない。本当にうらやましい。
かれ　けってん　ほんとう

He has no flaws. I really envy him.
Anh ta không có khuyết điểm. Thật là ghen tị với anh ta.

1212
落ち着く
お　つ

動 to calm down
tĩnh tâm, bình yên

彼としゃべっていると、とても落ち着く。
かれ　お　つ

Talking to him really calms me down.
Nói chuyện với anh ta cảm thấy rất bình yên.

1213
感激〈する〉
かんげき

名 deep emotion, impression
sự cảm kích, xúc động

彼に婚約指輪をもらって、感激した。
かれ　こんやくゆびわ　かんげき

I was moved when I got an engagement ring from my boyfriend.
Tôi xúc động vì nhận được nhẫn đính hôn từ anh ấy.

1214
感動〈する〉
かんどう

名 being moved emotionally
sự cảm động

この映画に、みんなが感動するだろう。
えいが　かんどう

Everyone will probably be moved by this movie.
Có lẽ tất cả mọi người cảm động với bộ phim này.

1215

感心 〈する〉
かんしん

名 admiration, being impressed
sự cảm phục, phục

アインさん、日本語が上手になりましたね。
にほんご　じょうず
感心しました。
かんしん

Ain-san has gotten good at Japanese. I was impressed.
Chị Ánh, tiếng Nhật đã giỏi lên nhỉ. Thật đáng phục.

1216

なつかしい

イ形 nostalgic, reminding one of times gone by
nhớ

高校時代が、とてもなつかしい。
こうこうじだい

I truly long for my high school days.
Tôi rất nhớ hồi học cấp ba.

1217

気軽な
きがる

ナ形 free, without hesitation
thoải mái, không dè dặt

何でも気軽に相談してください。
なん　きがる　そうだん

Please consult with me about anything without hesitation.
Bạn hãy thoải mái đến trao đổi bất cứ điều gì!

1218

気楽な
きらく

ナ形 carefree, easygoing
thoải mái, thanh thản

ストレスのない気楽な生活がしたい。
きらく　せいかつ

I want to live a stress-free, easygoing life.
Tôi muốn sống thanh thản, không phải chịu áp lực.

1219

幸せ 〈な〉
しあわ

名
ナ形 good fortune, happiness
hạnh phúc

幸せは、人によって違う。(名)
しあわ　ひと　ちが
いろいろあったが、今は幸せな毎日だ。(ナ形)
いま　しあわ　まいにち

Happiness is different for every person.
A lot has happened, but now I am happy every day.
Hạnh phúc tùy theo mỗi người mà khác nhau.
Đã có nhiều chuyện xảy ra nhưng bây giờ thì mỗi ngày tôi đều cảm thấy hạnh phúc.

■ 幸福〈な〉・ハッピー〈な〉　✚ 幸い happiness, fortune, luck / may mắn, hạnh phúc
こうふく　　　　　　　　　　　　さいわ

1220

冗談
じょうだん

名 joke
đùa, nói đùa

彼の冗談は、おもしろい。
かれ　じょうだん

His jokes are funny.
Kiểu nói đùa của anh ấy thú vị.

☞ Take note that there is no such verb as 冗談する.
Chú ý không có dạng động từ kiểu " 冗談する ".

1221

ユーモア

ユーモアのない人と話しても、おもしろくない。
ひと　はな

名　humor
hài hước

Talking to people with no sense of humor is no fun.
Nói chuyện với người không có tính hài hước chẳng thú vị.

1222

ゆかいな

彼はゆかいな人だ。
かれ　　　　ひと

ナ形　pleasant
vui vẻ, dễ chịu

He is a pleasant person.
Anh ta là người vui vẻ dễ chịu.

⟷ 不ゆかいな
ふ

1223

愛する
あい

あの歌手は世界中で愛されている。
かしゅ　せかいじゅう　あい

動　to love
yêu

That singer is loved all around the world.
Ca sỹ đó được cả thế giới yêu mến.

1224

真剣な
しんけん

彼は彼女を真剣に愛しているらしい。
かれ　かのじょ　しんけん　あい

ナ形　serious
nghiêm túc

He seems to be seriously in love with her.
Dường như anh ta yêu cô ấy nghiêm túc.

1225

どきどき〈する〉

大好きな人が近くにいると、どきどきする。
だいす　　ひと　ちか

副　one's heart beating quickly
tim đập rộn ràng, xốn
xang, hồi hộp

Whenever the person I love is close to me, my heart races.
Hễ có người mình thích ở bên cạnh là tim tôi đập rộn ràng.

1226

わくわく〈する〉

来週、日本に留学するので、わくわくしている。
らいしゅう　にほん　りゅうがく

副　excited
sự phấn chấn, hồi hộp

Next week, I'm going to study abroad in Japan, so I'm
excited.
Tuần sau tôi đi du học ở Nhật Bản nên cảm thấy hồi hộp.

1227

ほっと〈する〉

試験に合格して、ほっとした。
しけん　ごうかく

副　feeling relieved
sự an tâm, nhẹ người

I was relieved to have passed the test.
Cảm thấy nhẹ nhõm khi biết mình thi đỗ.

1228

のんびり〈する〉

将来は、いなかでのんびり暮らしたい。
しょうらい　　　　　　　　く

副　at leisure, carefree
sự thong thả, ung dung

I want to live a leisurely life in the countryside in the
future.
Trong tương lai, tôi muốn sống thong thả ở chốn quê.

1229

☐

ほほえむ

動

to smile
mỉm cười

彼女がほほえむと、みんなが幸せな気持ちになる。
かのじょ　　　　　　　　　　　　　　　しあわ　　き　も

When she smiles, everyone feels happy.
Khi cô ấy mỉm cười, mọi người đều cảm thấy hạnh phúc.

➕ ほほえみ smile / nụ cười・スマイル smile / nụ cười・

笑顔 smiling face / vẻ mặt tươi cười, gương mặt rạng rỡ
え がお

1230

☐

夢中 〈な〉
む ちゅう

名
ナ形

in a daze, entranced, be
crazy about
sự say mê, say sưa

妹はおしゃれに夢中だ。(ナ形)
いもうと　　　　　　　む ちゅう

My younger sister is crazy about fashion.
Em gái tôi say sưa ăn diện.

1231

☐

勇気
ゆう き

名

courage, bravery
lòng dũng cảm

勇気を持って、チャレンジしよう。
ゆう き　　も

Have courage and try new things.
Hãy dũng cảm thử sức nào!

ブルーな気分
きぶん

In a Blue Mood / Tâm trạng buồn chán

1232 ☐	あきる	このドラマには、もうあきてしまった。
動	**to get tired of** chán	I've already gotten tired of this TV drama. Tôi đã chán bộ phim này rồi.
1233 ☐	嫌がる いや	息子は家の手伝いを嫌がる。 むすこ いえ てつだ いや
動	**to dislike** ghét	My son hates helping out around the house. Con trai ghét giúp đỡ việc nhà.
1234 ☐	落ち込む お こ	友だちに悪口を言われて落ち込んだ。 とも わるぐち い お こ
動	**to get depressed** buồn, thất vọng	I felt depressed because a friend talked badly about me. Tôi buồn vì bị bạn nói xấu.
1235 ☐	がっかり〈する〉	試験の結果が悪くて、がっかりした。 しけん けっか わる
副	**to be disappointed** sự thất vọng	I was disappointed by my poor results on the test. Tôi thất vọng vì kết quả kỳ thi kém.
1236 ☐	悲しむ かな	大きな事故が起きて、国中が悲しんでいる。 おお じ こ お くにじゅう かな
動	**to be sad** đau buồn	People are sad all over the country about the big accident. Tai nạn lớn xảy ra, cả nước đau buồn.

⟷ 喜ぶ　➕ 悲しみ sadness / nỗi đau, nỗi buồn
よろこ　　　かな

1237 ☐	かわいそうな	この地域の子どもたちは学校に行けない。 ち いき こ がっこう い かわいそうだ。
ナ形	**pitiful, poor, pitiable** đáng thương, tội nghiệp	The children in this region can't go to school. How pitiful. Bọn trẻ con ở khu vực này không được đến trường. Thật đáng thương.
1238 ☐	気の毒な き どく	気の毒な人たちに、元気を与えたい。 き どく ひと げんき あた
ナ形	**unfortunate** tội nghiệp, kém may mắn	I want to cheer up unfortunate people. Tôi muốn mang lại niềm vui cho những con người tội nghiệp.

1239 きつい

☐

イ形 | tight, intense, severe, tough
chặt, vất vả, cực nhọc

① このくつはきつくて、はけない。

② このバイトはきつい。

① These shoes are too tight to wear.
② This part-time job in tough.
① Đôi giày này chật không đi được.
② Việc làm thêm này vất vả.

☞ ① tight-fitting with no space ② rough, hard / ① không có chỗ trống ② vất vả, cực nhọc

---

1240 恐怖
きょうふ

☐

名 | fear
nỗi sợ

こんな恐怖は経験したことがない。
きょうふ　　けいけん

I've never experienced such fear.
Tôi chưa từng trải qua nỗi sợ hãi như thế này bao giờ.

➕ 恐怖心 fear, terror / tâm lý sợ hãi・恐怖映画 scary movie, horror movie / bộ phim kinh dị
きょうふしん　　　　　　　　　　　　　　　きょうふえいが

1241 ショック

☐

名 | shock
sốc, cú sốc

親友の言葉に、ひどいショックを受けた。
しんゆう　ことば　　　　　　　　　　　　　う

I was terribly shocked at my friend's words.
Tôi bị sốc nặng bởi câu nói của người bạn thân.

1242 後悔〈する〉
こうかい

☐

名 | regret
sự ân hận

高いバッグを買って、後悔している。
たか　　　　　　か　　　こうかい

I regret buying an expensive bag.
Tôi đang ân hận vì mua cái túi đắt tiền.

1243 悩む
なや

☐

動 | to be worried, to be troubled
trăn trở

一人で悩んでいないで、話を聞かせてください。
ひとり　なや　　　　　　　はなし　き

Please stop worrying on your own and tell me about it.
Đừng trăn trở một mình nữa mà hãy nói cho tôi nghe!

1244 悩み
なや

☐

名 | worry, trouble
điều trăn trở

悩みがあるなら、私に相談してほしい。
なや　　　　　　わたし　そうだん

If you have any worries, I want you to talk to me.
Tôi muốn anh tâm sự với tôi nếu có điều gì trăn trở.

1245 不安〈な〉
ふあん

☐

名
ナ形 | anxiety, insecurity
sự bất an (bất an, lo lắng)

明日入学試験を受ける。不安でいっぱいだ。(名)
あしたにゅうがくしけん　う　　ふあん

不安なときは、私に話してください。(ナ形)
ふあん　　　　わたし　はな

Tomorrow, I'm going to take the school entrance exam.
I'm full of anxiety.
Whenever you're anxious, please talk to me.
Ngày mai tôi sẽ dự kỳ thi vào trường. Tôi lo quá.
Nếu có điều gì lo lắng hãy nói cho tôi biết!

↔ 安心〈な〉
あんしん

1246 ☐	迷惑〈な／する〉 めいわく	いろいろと、ご迷惑をおかけしました。(名) めいわく 近所に迷惑な人がいる。(ナ形) きんじょ　めいわく　ひと
名 ナ形	**nuisance, annoyance** sự phiền phức, phiền toái	I'm sorry for causing you such trouble. There is an annoying person in this area. Tôi đã gây ra nhiều điều phiền toái. Gần nhà có một người phiền phức.
1247 ☐	面倒〈な〉 めんどう	小さい妹の面倒をみている。(名) ちい　いもうと　めんどう 面倒なことは、先にやったほうがいい。(ナ形) めんどう　さき
名 ナ形	**looking after, trouble** sự chăm sóc, trông nom, sự phiền phức, khó khăn (phiền)	I'm looking after my little sister. You should tackle troublesome things first. Tôi đang trông đứa em gái nhỏ. Những việc khó thì nên làm trước.
1248 ☐	面倒くさい めんどう	この仕事は時間がかかって、面倒くさい。 しごと　じかん　めんどう
イ形	**annoying, troublesome** phiền phức	This job is troublesome because it takes a lot of time. Công việc này mất rất nhiều thời gian và phiền phức.
1249 ☐	ぶつぶつ	彼は、いつもぶつぶつ言っている。 かれ　い
副	**grumble, mutter** lầm bầm	He is always complaining. Anh ta lúc nào cũng lầm bầm.
1250 ☐	いちいち	父は、細かいことをいちいち私に注意する。 ちち　こま　わたし　ちゅうい
副	**every one, each and every one** hơi một tí là	My father scolds me all the time for the smallest things. Bố tôi hơi một tí là nhắc nhở tôi những việc nhỏ nhặt.
1251 ☐	やかましい	①外で、工事の音がやかましい。 そと　こうじ　おと ②父は私の生活について、やかましく言う。 ちち　わたし　せいかつ　い
イ形	**loud, noisy** ầm ĩ, rát tai	① The sound of construction outside is noisy. ② My father is always complaining about my lifestyle. ① Tiếng công trường xây dựng bên ngoài ầm ĩ. ② Bố tôi nói rát cả tai về cuộc sống của tôi.

👍 ① loud, boisterous ② annoyingly complains about minute things
　① ồn ào ② Nói nhiều đến cả những việc nhỏ nhặt gây khó chịu

どんな感じ？
かん

What Does It Feel Like? / Có cảm giác gì?

1252 心から
こころ

副 **from one's heart**
tự đáy lòng, chân thành

先生には、心から感謝しています。
せんせい　　　　こころ　　かんしゃ

I am grateful to my teacher from the bottom of my heart.
Tự đáy lòng tôi vô cùng biết ơn thầy (cô).

1253 祈る
いの

動 **to pray**
chúc

みんなの無事を、心から祈っている。
ぶじ　　こころ　　いの

I sincerely pray for everyone's safety.
Tự đáy lòng tôi xin chúc cho tất cả mọi người bình an vô sự!

➕ 祈り prayer / lời cầu chúc
いの

1254 希望〈する〉
きぼう

名 **wish, desire**
niềm hi vọng, sự hi vọng

彼は海外勤務を希望している。
かれ　かいがいきんむ　　きぼう

He hopes to work overseas.
Anh ấy hy vọng được làm việc ở nước ngoài.

➕ 望む to desire, to wish (for ~) / hi vọng, mong muốn・望み wish, desire / niềm hy vọng
のぞ　　　　　　　　　　　　　　　　　　　　　　　　　　　　　　　　のぞ

1255 願う
ねが

動 **to hope, to wish**
cầu mong, cầu nguyện

合格を願って、有名な神社に行った。
ごうかく　ねが　　ゆうめい　じんじゃ　い

I went to a famous shrine hoping to pass my test.
Tôi đến ngôi đền nổi tiếng để cầu mong thi đỗ.

1256 願い
ねが

名 **wish, desire**
lời cầu nguyện

この願いが彼女に届きますように。
ねが　　かのじょ　とど

I hope this wish reaches her.
Mong sao lời cầu nguyện này sẽ đến cô ấy.

👉 ～ますように is used to express one's wish in words.
"～ますように" là cách nói dùng khi cầu nguyện.

1257 感じる
かん

動 **to feel**
cảm nhận

彼女の言葉に愛情を感じた。
かのじょ　ことば　あいじょう　かん

I felt love in her words.
Tôi cảm nhận được tình yêu trong câu nói của cô ấy.

1258

□

あいまいな

日本語には、あいまいな表現が多い。
にほんご　　　　　　　　　　　ひょうげん　おお

ナ形 | vague
mập mờ, mơ hồ

There are many vague expressions in the Japanese language.
Trong tiếng Nhật, cách nói mập mờ thì nhiều.

1259

□

案外
あんがい

彼はいい人そうだが、案外わがままだ。
かれ　　ひと　　　　　　あんがい

副 | unexpected, unexpectedly,
surprisingly
không ngờ, ngoài dự tưởng

He seems like a nice person, but he is actually quite selfish.
Anh ấy có vẻ là người tốt nhưng không ngờ cũng bướng
bỉnh ra phết.

➕ 意外な unexpected, surprising / không ngờ tới・意外と unexpectedly, surprising /
　　いがい　　　　　　　　　　　　　　　　　　　　　　いがい
không ngờ cũng ...ra phết

👉 案外と can also be used / cũng dùng " 案外と "

1260

□

うっかり〈する〉

うっかり玄関のかぎをかけるのを忘れた。
　　　　げんかん　　　　　　　　　　わす

副 | carelessly, thoughtlessly,
inadvertently
đãng trí

I carelessly forgot to lock the front door.
Tôi đãng trí không khóa cửa nhà.

1261

□

どうか

どうかN３の試験に合格できますように。
　　　　　　　しけん　ごうかく

副 | please, somehow or other
mong sao

One way or another, I hope I can pass the N3 test.
Tôi cầu mong tôi thi đỗ được kỳ thi N3!

1262

□

なんとか

レポートを締め切りになんとか間に合わせたい。
　　　　　し　き　　　　　　　　　ま　あ

副 | somehow, one way or
another
cố hết sức, bằng cách
nào đó

I want to meet the deadline for the report somehow.
Tôi muốn cố hết sức để kịp thời hạn nộp báo cáo.

1263

□

なんとなく

あの映画は、なんとなくおもしろそうだ。
　　えいが

副 | for some reason or another
có vẻ, có cảm giác là

That movie seems to be interesting.
Có cảm giác bộ phim đó có vẻ hay.

1264

□

ものすごい

九州で、ものすごい雨が降っているようだ。
きゅうしゅう　　　　　　あめ　ふ

イ形 | a great deal, very much
rất ghê, rất hay

They say there's a really heavy downpour in Kyushu.
Hình như ở Kyushu cũng có mưa rất ghê.

👉 A stronger expression than すごい / Là cách nói mạnh hơn từ " すごい "

1265

わざわざ

副 all the way,
purposefully
có nhã ý, cất công

わざわざお見舞いに来てくれて、ありがとう。

Thank you for coming all the way to pay me a sick visit.
Cám ơn anh đã cất công đến thăm bệnh tôi.

1266

こっそり

副 secretly, sneakily
trộm, lén

姉のバッグをこっそり借りた。

I secretly borrowed my older sister's bag.
Tôi mượn trộm cái túi của chị gái.

1267

ふと

副 suddenly, casually
bỗng, bỗng nhiên

昔のことを、ふと思い出した。

I suddenly remembered something from long ago.
Tôi bỗng nhớ lại chuyện ngày xưa.

1268

いったい

副 (why) in the world
cái quái gì không biết

あの人は、いったい何を考えているんだろう。

What in the world is that person thinking?
Anh ta đang nghĩ cái quái gì không biết!

複雑な気持ち
ふくざつ　きも

Complex Feelings / Tâm trạng phức tạp

1269 表現 〈する〉
ひょうげん

名 expression
sự diễn đạt, thể hiện, cách nói

私は、気持ちをうまく表現できない。
わたし　　きも　　　　　　　　　ひょうげん

I have trouble expressing my feelings well.
Tôi không thể diễn đạt tốt tâm trạng của mình.

1270 あがる

動 become nervous, get stage fright
căng thẳng, hồi hộp

スピーチであがって、内容を忘れてしまった。
ないよう　わす

I got nervous and forgot the details of my speech.
Tôi căng thẳng vì bài phát biểu nên quên mất nội dung.

＝ 緊張する
きんちょう

1271 あせる

動 to be in a hurry, to be flustered
cuống, rối trí

あせらないで、ゆっくり話してください。
はな

Please don't rush, speak slowly.
Đừng cuống lên mà hãy nói từ từ!

＋ あせり impatience / sự cuống, sự rối trí

1272 そわそわ 〈する〉

副 fidgety, restless
sự bồn chồn, thấp thỏm, sốt ruột

兄は朝から、そわそわしている。
あに　あさ

My older brother has been restless since this morning.
Anh trai tôi từ sáng cứ đứng ngồi không yên.

1273 我慢 〈する〉
がまん

名 endurance
sự chịu đựng

おなかがすいて、もう我慢できない。
がまん

My stomach is empty, and I can't stand it anymore.
Đói không thể chịu được nữa.

1274 自慢 〈する〉
じまん

名 boastful
sự tự hào, hãnh diện

彼は家族のことを、よく自慢している。
かれ　かぞく　　　　　　　　じまん

He often boasts of his family.
Anh ấy hay hãnh diện về gia đình mình.

1275

関心
かんしん

名 concern, interest
quan tâm

私は政治に、全然関心がない。
わたし　せいじ　　　ぜんぜんかんしん

I have no interest in politics.
Tôi hoàn toàn không quan tâm đến chính trị.

➕ 無関心 〈な〉 disinterest / không quan tâm
むかんしん

👉 There is no such verb as 関心する . / Chú ý: không có động từ " 関心する ".

1276

機嫌
きげん

名 mood, spirit
tâm trạng

今日、部長は機嫌がいい。
きょう　ぶちょう　きげん

The department chief is in a good mood today.
Hôm nay, trưởng phòng tâm trạng vui vẻ.

➕ 不機嫌 〈な〉 displeasure, bad mood / tâm trạng không vui (cáu kinh) ・
ふきげん

上機嫌 〈な〉 good mood / tâm trạng vui vẻ (vui vẻ)
じょうきげん

1277

平気 〈な〉
へいき

名
ナ形 coolness, calmness
sự bình thản (bình
thản)

彼は平気そうな顔をしているが、本当の気持ち
かれ　へいき　　　　かお　　　　　　　　ほんとう　きも
はわからない。(ナ形)

His expression looks unconcerned, but I can't tell how he
really feels.
Anh ta trông mặt thì bình thản nhưng tâm trạng thực sự thì
không biết thế nào.

1278

本気 〈な〉
ほんき

名
ナ形 seriousness
sự thật lòng (thật lòng)

その人が本気かどうか、目を見ればわかる。(ナ形)
ひと　ほんき　　　　　め　み

You can tell whether that person is serious or not by
looking in his eyes.
Con người ấy có thật lòng hay không nhìn vào mắt là biết.

1279

迷う
まよ

動 to get lost
lạc

映画館に行きたいが、道に迷ってしまった。
えいがかん　い　　　　みち　まよ

I wanted to go to the movie theater, but I got lost along the
way.
Tôi muốn đi đến rạp chiếu phim nhưng đã bị lạc mất đường.

1280

迷い
まよ

名 being lost, hesitation
phân vân

留学したいと思っているが、気持ちに迷いがある。
りゅうがく　　　おも　　　　　　きも　　　まよ

I'm thinking about going on a foreign exchange, but I'm
still feeling a little hesitant.
Tôi muốn đi du học nhưng trong lòng đang phân vân.

1281
微妙な
びみょう

ナ形 subtle, complicated
khó tả

うれしいのか、さびしいのか微妙な気持ちだ。
びみょう　きも

It's a complicated feeling where I'm not sure if I'm happy
or sad.
Tâm trạng khó tả không biết vui hay buồn.

1282
魅力
みりょく

名 charm
vẻ hấp dẫn

彼女のきれいな目に、魅力を感じた。
かのじょ　め　みりょく　かん

I felt a certain charm from her lovely eyes.
Tôi đã cảm nhận được vẻ hấp dẫn trong đôi mắt đẹp của
cô ấy.

➕ 魅力的な charming / hấp dẫn
みりょくてき

1283
本音
ほんね

名 true feeling
suy nghĩ thực, lòng dạ

日本人は、なかなか本音を言わない。
にほんじん　ほんね　い

Japanese people do not easily state their true feelings.
Người Nhật không hay nói suy nghĩ thực của mình.

↔️ 建て前
たまえ

1284
ましな

ナ形 better
còn tốt hơn

あんな人の下で働くくらいなら、辞めるほうが
ひと　した　はたら　や
ましだ。

I would rather quit than work under someone like that.
Nếu làm việc dưới trướng của người đó thì thà bỏ việc còn
tốt hơn.

1285
涙
なみだ

名 tear
nước mắt

家族を思い出して、ときどき涙が出る。
かぞく　おも　だ　なみだ　で

When I think back about my family, sometimes I tear up.
Thỉnh thoảng tôi chảy nước mắt vì nhớ gia đình.

1286
憎む
にく

動 to hate
hận, căm thù

彼を愛していたが、今は憎んでいる。
かれ　あい　いま　にく

I used to love him, but now I hate him.
Tôi đã từng yêu anh ta nhưng bây giờ thì hận.

➕ 憎い hate / căm ghét
にく

1287
カウンセリング
〈する〉

名 counseling
sự tư vấn, tư vấn tâm lý

カウンセリングを受けると、気持ちが楽になる。
う　きも　らく

When you receive counseling, you feel much better.
Được tư vấn tâm lý, tâm trạng tôi trở nên nhẹ nhõm.

これも覚えよう！❺

＊ 慣用句 Common Usage / Quán ngữ

例）頭が痛い	give someone a headache / đau đầu
頭にくる	get on one's nerves / điên đầu, bực mình
腹が立つ	make one angry / tức giận
目にする	to see / chứng kiến, thực tế nhìn thấy
耳にする	to hear / nghe thấy, đến tai
鼻が高い	proud / phổng mũi, tự hào
口に合う	to agree with one's palette / hợp khẩu vị
口が軽い	have a loose tongue / không biết giữ miệng
口がかたい	tight-lipped / biết giữ miệng
首になる	to be fired / bị đuổi việc
気にする	to worry about / lo lắng
気になる	to be curious about / bận tâm
愛を込めて	with love / chứa đựng tình yêu
感謝を込めて	with thanks / với lòng biết ơn
心を込めて	with all one's heart / bằng tấm lòng, thể hiện tình cảm

イメージを伝えよう！
つた

Let's Convey an Image!
Hãy truyền đạt ấn tượng của mình!

デザイン

Design / Thiết kế

1288

模様
もよう

名 **design, pattern, décor**
hoa văn, họa tiết

今年は、どんな模様の服がはやりですか。
ことし　　　　　　もよう　ふく

What kind of clothing designs are in style this year?
Năm nay trang phục có họa tiết như thế nào thịnh hành nhỉ?

➕ 模様替え changing the décor / thay họa tiết
　　もようが

1289

特徴
とくちょう

名 **characteristic**
đặc điểm, đặc trưng

彼女のデザインには、特徴がある。
かのじょ　　　　　　　　とくちょう

Her designs have a certain character.
Có đặc trưng trong thiết kế của cô ấy.

➕ 特長 merit / điểm nổi bật, đặc trưng
　　とくちょう

1290

特色
とくしょく

名 **feature, characteristic**
điểm đặc sắc

兄はいつも特色のない服装をしている。
あに　　　　　とくしょく　　ふくそう

My older brother always wears such plain clothing.
Anh tôi lúc nào cũng dùng trang phục không có gì đặc sắc.

1291

柄
がら

名 **pattern, design**
hoa văn, họa tiết

このTシャツは10種類の柄から選べます。
ティー　　　　じゅっしゅるい　がら　えら

With this T-shirt, you can choose from 10 types of design.
Loại áo phông này có 10 kiểu hoa văn bạn có thể lựa chọn.

1292

花柄
はながら

名 **flower pattern**
họa tiết hoa

花柄のスカートがほしい。
はながら

I want a skirt with a flower pattern.
Tôi muốn có cái váy hoa.

1293

水玉
みずたま

名 **polka dot**
chấm bi

この水玉のワンピースは、とてもかわいい。
　　みずたま

This polka dot one piece is really cute.
Cái đầm chấm bi này trông rất dễ thương.

🟰 水玉模様
　　みずたまもよう

1294	しま	しまのシャツを着ると、やせて見える。 <small>き</small> <small>み</small>
名	**stripe** **kẻ sọc**	Wearing a striped shirt makes you look thin. Mặc cái áo kẻ sọc trông gầy đi.

■ しま模様
<small>も よう</small>

1295	たて	たての方向に線を書いてください。 <small>ほうこう</small> <small>せん</small> <small>か</small>
名	**vertical** **chiều dọc**	Please draw a line vertically. Hãy viết một đường thẳng theo chiều dọc.

➕ たてじま vertical stripe / sọc đứng・たて書き vertical writing / viết dọc
<small>が</small>

1296	横 <small>よこ</small>	英語は横に書く。 <small>えいご</small> <small>よこ</small> <small>か</small>
名	**horizontal** **chiều ngang**	English is written horizontally. Tiếng Anh thì viết ngang.

➕ 横じま horizontal stripe / sọc ngang・横書き horizontal writing / viết ngang
<small>よこ</small> <small>よこ が</small>

1297	ななめ〈な〉	このイラストは、ななめから見ると、おもしろい。(名) 絵がななめにかかっている。(ナ形) <small>え</small>
名 ナ形	**diagonal** **đường chéo, góc chéo** **chéo, nghiêng**	This illustration is interesting if you look at it diagonally. The picture is hung slantingly. Hình ảnh này nếu nhìn theo góc chéo sẽ thấy thú vị. Bức tranh bị treo nghiêng.

1298	幅 <small>はば</small>	このテーブルの幅は、９０センチだ。 <small>はば</small> <small>きゅうじゅっ</small>
名	**width** **bề ngang**	The width of this table is 90 centimeters. Bề ngang của cái bàn này rộng 90 cm.

1299	ストライプ	細いストライプのＴシャツを買った。 <small>ほそ</small> <small>ティー</small> <small>か</small>
名	**stripe** **kẻ sọc**	I bought a T-shirt with thin stripes. Tôi đã mua một cái áo phông có kẻ sọc nhỏ.

1300	無地 <small>む じ</small>	無地のシャツは、柄のスカートと合わせやすい。 <small>む じ</small> <small>がら</small> <small>あ</small>
名	**plain** **trơn, không có họa tiết**	A plain shirt is easy to match with a skirt that has a design on it. Áo trơn dễ phối với váy có họa tiết.

1301

シンプルな

今日はシンプルなファッションで出かけよう。
きょう　　　　　　　　　　　　　　　で

ナ形 **simple**
đơn giản, giản dị

Today, I'm going out wearing simple fashion.
Hôm nay, mình hãy ra đường với thời trang đơn giản!

1302

真っ赤な
ま　か

真っ赤な服を着て、パーティーに行った。
ま　か　ふく　き　　　　　　　　　　　い

ナ形 **completely red**
đỏ rực

I went to the party wearing bright red clothes.
Tôi mặc bộ quần áo đỏ rực đi dự tiệc.

➕ 真っ白な completely white / trắng tinh・真っ青な completely blue / xanh lét・
　ま　しろ　　　　　　　　　　　　　　　　　ま　さお
真っ黒な completely black / đen xì
ま　くろ

☞ Attaching 真っ〜 to a noun or adjective emphasizes that it is completely 〜.
Cấu trúc " 真っ〜 " đi với danh từ hoặc tính từ sẽ có nghĩa nhấn mạnh theo kiểu "không
có gì ~ hơn".

1303

ばらばらな

このシャツのボタンは、色もデザインも
いろ
ばらばらだ。

ナ形 **separate, scattered**
lung tung, rời rạc

The design and color of the buttons on this shirt are
inconsistent.
Nút áo sơ mi này kiểu cọ lẫn màu sắc lung tung cả lên.

1304

すっきり［と］
〈する〉

彼のスーツは細めで、すっきりしている。
かれ　　　　　ほそ

副 **simple, neat**
sự thanh thoát, gọn gàng

His suit is slim and neat.
Bộ vest của anh ấy thanh mảnh, trông gọn gàng.

1305

素敵な
す　てき

このスカーフは、とても素敵です。
す　てき

ナ形 **wonderful, beautiful**
tuyệt, đẹp

This scarf is really beautiful.
Cái khăn quàng cổ này trông rất tuyệt.

Section 2

人のイメージ
ひと

Images of People / Ấn tượng về con người

1306

印象
いんしょう

名 **impression**
ấn tượng

彼に初めて会ったとき、あまり印象がよくなかった。
かれ はじ あ いんしょう

When I first met him, I didn't really get a pleasant impression.
Lần đầu tiên gặp anh ấy, tôi không có ấn tượng tốt lắm.

➕ 第一印象 first impression / ấn tượng ban đầu ・ 好印象 good impression /
だいいちいんしょう こういんしょう
ấn tượng tốt ・ 印象的な impressive / một cách ấn tượng
いんしょうてき

1307

外見
がいけん

名 **appearance, outer look**
ngoại hình, vẻ bề ngoài,
mã

彼は外見はいいが、性格に問題がありそうだ。
かれ がいけん せいかく もんだい

His appearance is nice, but he seems to have problems with his personality.
Anh ta đẹp mã nhưng tính cách có vấn đề.

1308

様子
ようす

名 **situation, condition**
bộ dạng

彼女は疲れた様子を、だれにも見せない。
かのじょ つか ようす み

She doesn't show a tired face to anyone.
Cô ấy không cho ai biết bộ dạng mệt mỏi của mình.

1309

表情
ひょうじょう

名 **expression**
biểu lộ cảm xúc, nét mặt

あの子は表情が豊かだ。
こ ひょうじょう ゆた

That child is very expressive.
Biểu lộ cảm xúc của đứa bé ấy rất phong phú.

1310

姿
すがた

名 **shape, figure**
dáng, bóng dáng

今日、田中さんの姿を見ていない。
きょう たなか すがた み

I haven't seen Tanaka-san today.
Hôm nay, tôi không thấy bóng dáng của anh Tanaka đâu.

➕ うしろ姿 appearance from behind / hình dáng phía sau ・ 着物姿(和服姿)
すがた きものすがた わふくすがた
(appearance) wearing a kimono / dáng mặc kimono

1311

雰囲気
ふんいき

名 **atmosphere**
bầu không khí, phong thái

彼には特別な雰囲気がある。
かれ とくべつ ふんいき

He has a special air about him.
Ở anh ta có một phong thái đặc biệt.

1288 · 1393

251

1312

幼い
おさな

① 彼女には幼い子どもがいる。
　かのじょ　　　　おさな　こ
② 何歳になっても、あの人の考えは幼いままだ。
　なんさい　　　　　　　ひと　かんが　　おさな

イ形　very young, childish
thơ, ngây thơ, thơ dại,
dại khờ

① She has a very young child.
② No matter how old she gets, her way of thinking is still childish.
① Cô ấy có con thơ.
② Bao nhiêu tuổi đi nữa, suy nghĩ của người kia vẫn cứ ngây thơ.

① Still young ② An adult with a childish mind
① Thực tế vẫn ít tuổi ② Người lớn nhưng suy nghĩ như trẻ con

1313

かっこいい

彼はおしゃれで、とてもかっこいい。
かれ

イ形　cool, hip
đẹp trai, lịch thiệp, có
phong cách

He is stylish and very cool.
Anh ấy mặc diện, trông rất đẹp trai.

↔ かっこ悪い
　　　　わる

1314

言葉づかい
ことば

彼は言葉づかいが悪い。
かれ　ことば　　　わる

名　way with words, word
usage, way of speaking
cách ăn nói, cách dùng
từ ngữ

His way of speaking is vulgar.
Anh ta có cách ăn nói tồi tệ.

1315

上品な
じょうひん

この女優は、言葉づかいがとても上品だ。
　　じょゆう　ことば　　　　　じょうひん

ナ形　elegant, refined
thanh lịch, nhã nhặn

This actress' way of speaking is very elegant.
Nữ diễn viên này có cách ăn nói rất thanh lịch.

＝ エレガントな

1316

下品な
げひん

彼は下品な食べ方をする。
かれ　げひん　た　かた

ナ形　vulgar, indecent
thô tục

His way of eating is indecent.
Anh ta ăn uống thô tục.

1317

地味な
じみ

ナ形 **plain, subdued**
đơn điệu

この服は大学生の妹には、ちょっと地味だ。
ふく　だいがくせい　いもうと　　　　　　じみ

These clothes are a little too plain for my college-aged younger sister.
Bộ quần áo này đối với em gái tôi là sinh viên đại học thì hơi đơn điệu.

1318

派手な
はで

ナ形 **extravagant, flashy**
lòe loẹt, sặc sỡ

彼女は派手に見えるが、本当はおとなしい。
かのじょ　はで　み　　　　　ほんとう

She seem flashy, but she is actually quiet.
Cô ấy trông thì lòe loẹt thế thôi nhưng thực sự thì trầm tính.

1319

スマートな

ナ形 **stylish, slim**
thanh mảnh, lịch sự

①彼女はモデルみたいにスマートだ。
かのじょ

②彼は女性に対して、いつもスマートだ。
かれ　じょせい　たい

① She is slim like a model.
② He is always so gentlemanly with women.
① Cô ấy thanh mảnh như người mẫu.
② Anh ta đối với cô ấy lúc nào cũng lịch sự.

👍 ① A person or thing is slim and cool. ② One's behavior is smooth. Not usually used to mean intelligent. / ① Người hoặc vật vừa mảnh mai vừa đẹp. ② Hành vi lịch lãm. Không mấy sử dụng với nghĩa "thông minh".

1320

美人
びじん

名 **beauty, beautiful woman**
người đẹp

あんな美人は、今まで見たことがない。
びじん　　　いま　み

I've never seen such a beauty before.
Từ trước tới giờ tôi chưa bao giờ nhìn thấy người đẹp như thế.

➕ 美女 beauty, beautiful woman / mỹ nữ
びじょ

1321

ハンサムな

ナ形 **handsome**
đẹp trai

娘は父に「パパはハンサムだね。」と言う。
むすめ　ちち　　　　　　　　　　　　い

The daughter says to her father, "Papa, you're handsome."
Con gái nói với bố "papa đẹp trai nhỉ".

👍 Not used for women / Không dùng cho nữ

1322

不思議〈な〉
ふしぎ

名
ナ形 **wonderful, mysterious**
sự kỳ lạ (kỳ lạ)

彼女には不思議な魅力がある。（ナ形）
かのじょ　　　ふしぎ　みりょく

She has a mysterious charm to her.
Ở cô ấy có một sự lôi cuốn kỳ lạ.

1323 普通 〈な〉
ふ つう

彼は普通の成績だったが、今は教授になった。(名)
かれ　　ふ つう　　せいせき　　　　　いま　きょうじゅ

あの店のラーメンの味は普通だ。(ナ形)
みせ　　　　　　　あじ　ふ つう

名 ナ形　normal, regular
sự bình thường (bình
thường)

He had normal grades in school, but now he has become a
professor.
That restaurant's ramen is just ordinary.
Anh ấy có thành tích học tập bình thường nhưng giờ đã trở
thành giáo sư.
Vị mì ramen của cửa hàng đó bình thường.

1324 さわやかな

彼のさわやかな笑顔が大好きだ。
かれ　　　　　　え がお　だい す

ナ形　fresh, refreshing
thanh thoát dễ chịu,
mát mẻ dễ chịu

I love his gentle smile.
Tôi rất thích nụ cười thanh thoát dễ chịu của anh ấy.

1325 さっぱり 〈する〉

①朝、シャワーを浴びたら、さっぱりした。
あさ　　　　　　　　　あ

②姉はさっぱりした性格だ。
あね　　　　　　　　　せいかく

副　simple, frank
sự sảng khoái, dễ tính,
thoáng

① In the morning, I felt refreshed after taking a shower.
② My older sister has a frank personality.
① Buổi sáng tắm vòi hoa sen xong cảm thấy sảng khoái.
② Chị gái tôi tính thoáng.

☞ ① Feeling better after getting rid of unneeded things ② Easy personality to get along
with. Also used to describe food that is not too rich and easy to eat.
① Mất đi những thứ dây dưa không cần thiết khiến tâm trạng tốt ② Tính cách không
cầu kỳ, dễ quan hệ. Ngoài ra, cũng có nghĩa là chỉ vị của món ăn không đậm, dễ ăn.

1326 にっこり [と]
〈する〉

先生は会うと、にっこり笑ってくれる。
せんせい　あ　　　　　　　　わら

副　smile, grin
mỉm cười

My teacher always greets me with a warm smile whenever
we meet.
Mỗi khi gặp, thầy giáo lại mỉm cười với tôi.

1327 にこにこ 〈する〉

彼女は、いつもにこにこしている。
かのじょ

副　smiling, beaming
tươi cười, vui vẻ

She is always smiling pleasantly.
Cô ấy lúc nào cũng tươi cười.

1328

□

にやにや〈する〉

彼は、いつも<u>にやにや</u>していて気持ち悪い。
かれ　　　　　　　　　　　　　　　き　も　わる

副 **grinning, smirk**
cười nhếch mép, cười khẩy

The way he is always smirking is creepy.
Anh ta lúc nào cũng cười nhếch mép, thật khó chịu.

1329

□

いきいき［と］
〈する〉

あの人は、いつも<u>いきいきとして</u>いる。
ひと

副 **lively**
vui vẻ hoạt bát

That person is always so lively.
Con người ấy lúc nào cũng vui vẻ hoạt bát.

1330

□

ぺらぺら［と］

彼女は5か国語を、<u>ぺらぺらと</u>話す。
かのじょ　　こくご　　　　　　　　　　はな

副 **fluently**
lưu loát

She is fluent in five languages.
Cô ấy nói lưu loát 5 thứ tiếng.

物のイメージ
もの

Images of Things / Ấn tượng về vật

1331

表面
ひょうめん

名

surface
bề mặt, bề ngoài

この果物の表面は固いが、中はやわらかい。
くだもの　ひょうめん　かた　　　　なか

The surface of this fruit is hard, but it's soft inside.
Bề ngoài của loại quả này cứng nhưng bên trong lại mềm.

1332

立派な
りっぱ

ナ形

splendid, elegant
hoành tráng, xuất sắc

①リビングに、立派なテーブルが置いてある。
　　　　　りっぱ　　　　　　　　お

②彼は立派な学者になった。
　かれ　りっぱ　がくしゃ

① There is a grand table in the living room.
② He became an accomplished scholar.
① Ở phòng khách có kê một chiếc bàn trông khá hoành tráng.
② Ông ấy đã trở thành một học giả xuất sắc.

👍 ① of grand design ② superior / ① hoành tráng, đường bệ ② xuất sắc

---

1333

目立つ
めだ

動

to stand out
nổi bật

彼女の服は、派手で目立つ。
かのじょ　ふく　　はで　めだ

Her clothes are flashy, so she stands out.
Bộ quần áo của cô ấy sặc sỡ, trông nổi bật.

1334

きらきら〈する〉

副

glitter, sparkle
lấp lánh

このダイヤは小さいけれど、きらきらしている。
　　　　　　ちい

This diamond is small, but it sparkles.
Hạt kim cương này nhỏ nhưng lấp lánh.

1335

ぴかぴか［と］

副

shining
nhấp nháy

クリスマスツリーがぴかぴかと光っている。
　　　　　　　　　　　　　　ひか

The Christmas tree is shining brightly.
Cây thông nô-en đèn sáng nhấp nháy.

1336

異なる
こと

動

to differ
khác

AとBは似ているが、微妙に異なる。
エー　ビー　に　　　　びみょう　こと

A and B look alike, but they are subtly different.
A và B giống nhau nhưng hơi khác nhau tí tẹo.

1337

ぼんやり［と］〈する〉

副

dimly, faintly
mờ mờ

遠くに山がぼんやりと見える。
とお　やま　　　　　　み

I can faintly see a mountain in the distance.
Nhìn thấy núi mờ mờ ở đằng xa.

↔ はっきり［と］〈する〉

1338
☐

大型
おおがた

名 **large-size**
lớn

明日、大型の台風が来るかもしれない。
あした　おおがた　たいふう　く

Tomorrow, a large typhoon might hit.
Ngày mai bão lớn có thể sẽ đến.

↔ 小型　＋ 大型バス large-size bus / xe buýt cỡ lớn ・
こがた　　おおがた

大型連休 long consecutive holidays / kỳ nghỉ lớn
おおがたれんきゅう

1339
☐

多め〈な〉
おお

名
ナ形 **larger quantity**
hơi nhiều (một chút)

ミルクが多めのコーヒーが好きだ。(名)
おお

この店のハンバーガーは、野菜が多めだ。(ナ形)
みせ　　　　　　　　　　やさい　おお

I like coffee with quite a lot of milk.
This restaurant's hamburgers have a fairly large quantity of vegetables.
Tôi thích cà phê cho hơi nhiều sữa một chút.
Hamburger của cửa hàng này rau hơi nhiều.

↔ 少なめ〈な〉
すく

1340
☐

大きめ〈な〉
おお

名
ナ形 **larger size**
hơi to, hơi lớn (một chút)

子どもには、大きめの服を買ってあげる。(名)
こ　　　　　おお　　ふく　か

ジャケットは、大きめなほうが着やすい。(ナ形)
おお　　　　き

I buy clothes that are a little large for the child.
The larger the jackets, the easier they are to wear.
Tôi mua cho con bộ quần áo hơi lớn một chút.
Áo jacket hơi lớn một chút sẽ dễ mặc hơn.

↔ 小さめ〈な〉
ちい

1341
☐

太め〈な〉
ふと

名
ナ形 **thicker**
hơi to mập, hơi rộng (một chút)

今年の夏は、太めのパンツがほしい。(名)
ことし　なつ　ふと

ここのラーメンは太めだ。(ナ形)
ふと

This summer, I want some fairly wide pants.
The ramen here is rather thick.
Mùa hè năm nay tôi muốn có quần hơi rộng một chút.
Sợi mì ramen ở đây hơi to.

↔ 細め〈な〉
ほそ

1342 ☐	完ぺき 〈な〉 かん	この朝食は、栄養のバランスが完ぺきだ。（ナ形） ちょうしょく　えいよう　　　　　　　　　　かん
名 **ナ形**	perfect hoàn hảo, không chê vào đâu được	This breakfast has a perfect balance of nutrition. Bữa sáng này có sự cân bằng dinh dưỡng hoàn hảo.
1343 ☐	たっぷり ［と］ 〈する〉	紅茶にミルクと砂糖をたっぷり入れる。 こうちゃ　　　　　　さとう　　　　　　い
副	full đầy	I put a lot of milk and sugar in my tea. Cho đầy sữa và đường vào trà (hồng trà).
1344 ☐	多少 たしょう	この商品は、サンプルと多少違う。 しょうひん　　　　　　　　たしょうちが
副	a little ít nhiều	This product is a little different from the sample. Sản phẩm này ít nhiều khác với mẫu.
1345 ☐	それほど	みんなが彼を変だと言うが、それほどでもない。 かれ　へん　　い
副	(not) to that degree đến mức đó	Everyone says he is weird, but he's not that bad. Mọi người đều nói anh ta khác thường nhưng không đến mức đó.

■ そんなに

1346 ☐	縮む ちぢ	このシャツは、洗濯機で洗うたびに縮む。 せんたくき　あら　　　　　ちぢ
動	to shrink bị co rút	This shirt shrinks every time I wash it in the washing machine. Cái áo này mỗi lần giặt bằng máy giặt đều bị co rút.

私たちの社会
わたし　　　しゃかい

Our Society / Xã hội của chúng ta

1347
☐

現代
げんだい

名　**modern era**
hiện đại

現代の社会には、いろいろな問題がある。
げんだい　　しゃかい　　　　　　　　　　　もんだい

The modern society has many problems.
Trong xã hội hiện đại có nhiều vấn đề.

➕ 現代人 modern-day person / con người hiện đại・現代的な modern / tính hiện đại
げんだいじん　　　　　　　　　　　　　　　　　　　　　　げんだいてき

1348
☐

現実
げんじつ

名　**reality**
hiện thực

現実はきびしいが、前に進んでいこう。
げんじつ　　　　　　　　　まえ　すす

Reality is tough, but let's try to keep moving forward.
Hiện thực nghiệt ngã nhưng hãy tiến lên trước!

➕ 現実的な realistic / tính hiện thực
げんじつてき

1349
☐

理想
りそう

名　**ideal**
lý tưởng

理想と現実の間で悩むことがある。
りそう　げんじつ　あいだ　なや

Sometimes I am torn between my ideals and reality.
Giữa lý tưởng với hiện thực thường có những điều trăn trở.

➕ 理想的な ideal / tính lý tưởng
りそうてき

1350
☐

偉大な
いだい

ナ形　**great, admirable,**
remarkable
vĩ đại

社会には偉大なリーダーが必要だ。
しゃかい　　いだい　　　　　　ひつよう

Society requires a great leader.
Xã hội cần những người đứng đầu vĩ đại.

1351
☐

当然 〈な〉
とうぜん

名　**of course, naturally**
ナ形　**đương nhiên**

子どもが親を大切にするのは、当然のことだ。(名)
こ　　　　おや　たいせつ　　　　　とうぜん

今日の試合の結果は当然だ。（ナ形）
きょう　しあい　けっか　とうぜん

It's only natural that children value their parents.
The results of today's game were only natural.
Con cái trân trọng bố mẹ là lẽ đương nhiên.
Kết quả trận đấu ngày hôm nay là đương nhiên.

1352 当たり前 〈な〉
あ　まえ

名 ナ形 the obvious, something matter-of-fact, obvious
sự đương nhiên (đương nhiên)

困っている人を助けるのは当たり前だ。(ナ形)
こま　　　ひと　たす　　　　　　　あ　まえ

Helping someone in need is a matter of course.
Giúp đỡ người đang gặp khó khăn là đương nhiên.

1353 [お] 金持ち
かね　も

名 rich, wealthy
người giàu, giàu

子どものころは、お金持ちになりたかった。
こ　　　　　　　　かね　も

When I was a child, I wanted to be rich.
Lúc nhỏ, tôi đã muốn trở thành người giàu có.

1354 貧しい
まず

イ形 poor
nghèo

①彼は貧しかったが、努力して社長になった。
かれ　まず　　　　どりょく　　しゃちょう
②彼は考えが貧しい。
かれ　かんが　　まず

① He was poor, but he worked hard and became the president of a company.
② His way of thinking is shallow.
① Anh ấy nghèo nhưng đã nỗ lực và trở thành giám đốc.
② Suy nghĩ của anh ta nghèo nàn.

☞ ① to lack money or things ② nothing good about the contents
① Ít tiền của. ② Không có điểm tốt về nội dung.

1355 貧乏 〈な / する〉
びんぼう

名 ナ形 poor person
sự nghèo khổ (nghèo)

祖父は子どものころ、貧乏だったそうだ。(ナ形)
そふ　　こ　　　　　びんぼう

I heard that my grandfather was poor when he was a child.
Nghe nói ông tôi hồi bé nghèo.

1356 発展 〈する〉
はってん

名 development
sự phát triển

社会の発展のために役に立ちたい。
しゃかい　はってん　　　　やく　た

I want to be of use for the development of society.
Tôi muốn góp phần vào sự phát triển của xã hội.

1357 進歩 〈する〉
しんぽ

名 progress
sự tiến bộ

技術は常に進歩している。
ぎじゅつ　つね　しんぽ

Technology is always advancing.
Kỹ thuật thường xuyên tiến bộ.

1358 強力な
きょうりょく

ナ形 strong, powerful
mạnh mẽ

将来のために、強力に発展を進める。
しょうらい　　　きょうりょく　はってん　すす

To powerfully push development for the future.
Thúc đẩy phát triển mạnh mẽ vì tương lai.

1359
☐

パワー

若者の<u>パワー</u>が、これからの社会をつくる。
わかもの　　　　　　　　　　　　　　しゃかい

名 **power**
sức mạnh, năng lượng

Young people's power builds the future of the society.
Sức mạnh của tuổi trẻ tạo nên xã hội mai sau.

1360
☐

あふれる

①大雨で川の水が<u>あふれた</u>。
　おおあめ　かわ　みず
②ラッシュで、人がホームに<u>あふれて</u>いる。
　　　　　　　ひと

動 **to be full of, to overflow**
dâng đầy, đầy

① The river flooded over due to heavy rain.
② The platform was overflowing with people during the rush hour.
① Mưa lớn nước sông dâng đầy.
② Giờ cao điểm người đầy sân ga.

☞ ① go outside of something ② seems to be going out of something
① Đầy ra đến bên ngoài. ② Sắp đầy ra đến bên ngoài.

1361
☐

くずれる

①大雨で山が<u>くずれた</u>。
　おおあめ　やま
②社会のルールが<u>くずれて</u>きている。
　しゃかい

動 **to crumble, to fall apart**
lở, hư hại, bị phá vỡ

① The mountain collapsed due to heavy rain.
② The rules of society are falling apart.
① Mưa lớn làm núi lở.
② Luật lệ xã hội bị phá vỡ.

✚ (〜を) くずす to break apart / tháo, phá vỡ

☞ ① something falls apart ② a system falls apart
① Khối thống nhất bị long ra. ② Trật tự bị mất.

1362
☐

経つ
た

何年<u>経って</u>も、あの事故を忘れてはいけない。
なんねん　た　　　　　　じこ　わす

動 **to pass (time)**
trôi qua

No matter how many years pass, we should never forget that accident.
Cho dù bao nhiêu năm trôi qua đi nữa cũng không được quên vụ tai nạn ấy.

1363
☐

前後
ぜんご

二十歳<u>前後</u>の若者に、アンケートを取った。
はたちぜんご　わかもの　　　　　　　と

名 **before and after**
trước sau, trên dưới

Young people over and under 20 were surveyed.
Tôi đã thực hiện khảo sát với đối tượng thanh niên trên dưới 20 tuổi.

1364

盛んな
さか

ナ形 popular
rầm rộ, thịnh vượng,
phát triển

この町は、今でも祭りが盛んだ。
まち　いま　まつ　さか

Festivals are still popular in this town.
Phố này ngay cả bây giờ lễ hội vẫn rầm rộ.

1365

産業
さんぎょう

名 industry
ngành, ngành sản xuất

日本には、新しい産業が必要だ。
に ほん　あたら　さんぎょう　ひつよう

Japan needs new industries.
Ở Nhật Bản cần có ngành sản xuất mới.

1366

工業
こうぎょう

名 manufacturing industry
công nghiệp

私のふるさとでは工業が盛んだ。
わたし　こうぎょう　さか

Manufacturing is booming in my hometown.
Ở quê tôi công nghiệp phát triển.

1367

商業
しょうぎょう

名 commerce, trade
thương nghiệp, thương
mại

この地方は商業の町だ。
ち ほう　しょうぎょう　まち

This area is a town of commerce.
Địa phương này là một thành phố thương mại.

➕ 商売 〈する〉 to trade / sự buôn bán, kinh doanh
しょうばい

1368

農業
のうぎょう

名 farming, agriculture
nông nghiệp

いなかで農業を始めたい。
のうぎょう　はじ

I want to start farming in the countryside.
Tôi muốn bắt đầu làm nông ở vùng quê.

国際社会
こくさいしゃかい

International Society / Xã hội quốc tế

1369

語る
かた

動 **to speak, to talk**
kể, nói

政治家が平和について語った。
せいじ か　へいわ　　　　　　かた

The politician talked about peace.
Chính trị gia đã nói về hòa bình.

1370

解消 〈する〉
かいしょう

名 **resolution**
sự giải quyết, giải tỏa

国と国のトラブルを解消するのは難しい。
くに　くに　　　　　　　　かいしょう　　　　　むずか

It's difficult to resolve problems between countries.
Việc giải quyết rắc rối giữa nước này với nước kia thì khó khăn.

➕ ストレス解消 〈する〉 stress reduction, stress relief / giải tỏa stress

---

1371

それぞれ

名 **each**
副 **mỗi, riêng**

全ての国に、それぞれの文化がある。（名）
すべ　　くに　　　　　　　　　ぶん か

人は、それぞれ違う考えを持っている。（副）
ひと　　　　　　　　ちが　かんが　　も

Every country has it's own culture.
Every person has their own way of thinking.
Tất cả các nước đều có văn hóa riêng.
Mỗi người đều có suy nghĩ riêng khác nhau.

1372

片方
かたほう

名 **(on the) one side**
một phía

片方だけでなく、両方の意見を聞くことが大切だ。
かたほう　　　　　　　りょうほう　いけん　き　　　　　　たいせつ

It's important to listen to both side's opinions, not just one.
Việc nghe ý kiến từ cả hai phía chứ không phải một phía là quan trọng.

↔ 両方
りょうほう

1373

囲む
かこ

動 **to surround**
vây quanh, bao bọc

A国は3つの国に囲まれている。
エーこく　みっ　　くに　かこ

Country A is surrounded by three other countries.
Nước A được bao bọc bởi 3 nước.

1374

代わり
か

名 **instead of, in return for**
thay cho

車を輸出する代わりに、石油や小麦粉を輸入する。
くるま　ゆしゅつ　　か　　　　せきゆ　こむぎこ　ゆにゅう

In return for exporting cars, we import things like oil and flour.
Thay cho việc xuất khẩu xe hơi thì nhập xăng dầu, bột mì.

1375

友好
ゆうこう

名 friendship
tình hữu nghị

近くの国との友好は、特に大切だ。
ちか　　くに　　　　ゆうこう　　とく　たいせつ

It's especially important to be friendly with neighboring nations.

Tình hữu nghị với nước láng giềng là đặc biệt quan trọng.

➕ 友好国 friendly nation, ally / nước có quan hệ hữu nghị ・
ゆうこうこく

友好関係 friendly relationship / quan hệ hữu nghị
ゆうこうかんけい

1376

期待 〈する〉
きたい

名 expectation
kỳ vọng, hy vọng

これからの両国の友好関係に期待している。
りょうこく　ゆうこうかんけい　　きたい

I have high expectations for the friendly ties between these two nations.

Tôi hy vọng vào mối quan hệ hữu nghị hai nước trong mai đây.

1377

区別 〈する〉
くべつ

名 distinction
sự phân biệt, tách biệt

国の問題と個人の問題を区別しよう。
くに　もんだい　こじん　もんだい　くべつ

Let's make a distinction between personal and national problems.

Hãy tách biệt giữa vấn đề của đất nước với vấn đề của cá nhân!

1378

差別 〈する〉
さべつ

名 discrimination
sự phân biệt đối xử

差別のない社会にしたい。
さべつ　　　しゃかい

I want our society to be without discrimination.

Tôi muốn xây dựng một xã hội không có sự phân biệt đối xử.

1379

限界
げんかい

名 limit
giới hạn

A国のB国に対する我慢が、限界を超えた。
エーこく　ビーこく　たい　　がまん　　げんかい　こ

Country A's patience for country B has reached its limit.

Sự chịu đựng của nước A đối với nước B đã vượt quá giới hạn.

1380

通じる
つう

動 to get across, to be understood
biết, hiểu

海外で言葉が通じないのは、とても不便だ。
かいがい　ことば　つう　　　　　　　ふべん

It's really inconvenient to not be able to communicate abroad.

Ở nước ngoài không biết tiếng rất bất tiện.

1381
☐

名 gesture
động tác

ジェスチャー

言葉が通じない場合は、ジェスチャーで伝える。

When words don't work for communication, use gestures.
Trường hợp không biết tiếng thì dùng động tác để truyền đạt.

1382
☐

名 capital city
thủ đô

首都
しゅと

スイスの首都で、大きな会議が開かれる。

A large conference will be held in the capital of Switzerland.
Cuộc họp lớn được tổ chức tại thủ đô của Thụy Sỹ.

1383
☐

ナ形 favorable, doing well
thuận lợi

順調な
じゅんちょう

3か国の話し合いは、順調に進んでいるようだ。

The trilateral discussions seems to be proceeding smoothly.
Cuộc nói chuyện của 3 nước có vẻ diễn ra thuận lợi.

1384
☐

名 object, subject
đối tượng

対象
たいしょう

となりの国の首相を対象に、インタビューをした。

An interview was held targeting the prime minister of the neighboring country.
Tôi đã chọn thủ tướng nước láng giềng để làm đối tượng phỏng vấn.

➕ 恋愛対象 object of romantic interest / đối tượng yêu
れんあいたいしょう

1385
☐

名 notification
thông báo

通知〈する〉
つうち

A国から、来年の訪日の予定が通知された。

Country A's plans to visit Japan next year have been announced.
Dự định đến thăm Nhật vào năm sau đã được nước A thông báo.

1386
☐

名 attitude, behavior
thái độ

態度
たいど

相手の態度で、こちらの態度を変える。

Your mood can change depending on the other person's.
Thái độ của đối phương đã làm thay đổi thái độ của tôi.

1387
☐

動 to seek, to search for
yêu cầu, đòi hỏi, mong muốn

求める
もと

貧しい人たちが何を求めているのか、考えるべきだ。

We should think about what the poor people are seeking.
Nên nghĩ xem, những người nghèo đang mong muốn điều gì.

1388 結論
けつろん

名 conclusion
kết luận

話し合いの結論は、明日わかるそうだ。
はな あ けつろん あした

They say the conclusion of the discussions will be made clear tomorrow.

Kết luận của buổi nói chuyện nghe nói sẽ cho biết vào ngày mai.

1389 ひっくり返す
かえ

動 to flip over
lật ngược, đảo lật

①ステーキを焼くときは、途中でひっくり返す。
や とちゅう かえ

②昨日出た結論が、もうひっくり返された。
きのうで けつろん かえ

① When cooking a steak, flip it over.
② The conclusion from yesterday has already been overturned.

① Khi nướng món bò bít tết, giữa chừng thì lật ngược lại.
② Kết luận đưa ra ngày hôm qua đã bị lật ngược.

➕ (〜が) ひっくり返る to be flipped over / bị lật
かえ

👉 ① to flip over ② to retract / ① Đảo lộn trên và dưới. ② Đảo ngược suy nghĩ.

1390 広がる
ひろ

動 to be spread, to be expanded
mở rộng

留学によって可能性が広がった。
りゅうがく かのうせい ひろ

My possibilities expanded thanks to studying abroad.

Khả năng được mở rộng bởi việc du học.

1391 広げる
ひろ

動 to spread, to expand
mở rộng, mở mang

積極的に自分の世界を広げていきたい。
せっきょくてき じぶん せかい ひろ

I want to assertively expand my own world.

Tôi muốn tích cực mở mang thế giới của bản thân.

1392 活動 〈する〉
かつどう

名 activity
hoạt động

小さな活動から、世界を変えていく。
ちい かつどう せかい か

The world can change just by the smallest activity.

Thay đổi thế giới bắt đầu từ những hoạt động nhỏ.

➕ クラブ活動 club activities / hoạt động câu lạc bộ・就職活動 job hunting /
かつどう しゅうしょくかつどう

hoạt động tìm việc・活動的な active, energetic / năng động
かつどうてき

1393 ボランティア

名 volunteer
tình nguyện

ボランティアに参加して、成長したい。
さんか せいちょう

I want to work as a volunteer and gain experience.

Tôi muốn tham gia hoạt động tình nguyện để trưởng thành.

🟰 ボランティア活動 ➕ ボランティア団体 volunteer group / tổ chức tình nguyện
かつどう だんたい

これも
覚えよう！❻
<small>おぼ</small>

 世界の地域<small>せかい ちいき</small>　Regions of the World / Các khu vực trên thế giới

北極 <small>ほっきょく</small>	North Pole / Bắc cực
南極 <small>なんきょく</small>	South Pole / Nam cực
北半球 <small>きたはんきゅう</small>	northern hemisphere / bán cầu Bắc
南半球 <small>みなみはんきゅう</small>	southern hemisphere / bán cầu Nam
赤道 <small>せきどう</small>	equator / xích đạo
北アフリカ <small>きた</small>	North Africa / Bắc Phi
中央アフリカ <small>ちゅうおう</small>	Central Africa / Trung Phi
南アフリカ <small>みなみ</small>	South Africa / Nam Phi
オセアニア	Oceania / châu Đại Dương
北アメリカ <small>きた</small>	North America / Bắc Mỹ
南アメリカ <small>みなみ</small>	South America / Nam Mỹ
東南アジア <small>とうなん</small>	Southeast Asia / Đông Nam Á
東アジア <small>ひがし</small>	East Asia / Đông Á
中央アジア <small>ちゅうおう</small>	Central Asia / Trung Á
南アジア <small>みなみ</small>	South Asia / Nam Á
中東 <small>ちゅうとう</small>	the Middle East / Trung Đông
中南米 <small>ちゅうなんべい</small>	Central and South America / Trung Nam Mỹ
北欧 <small>ほくおう</small>	Northern Europe / Bắc Âu
東欧 <small>とうおう</small>	Eastern Europe / Đông Âu
西欧 <small>せいおう</small>	Western Europe / Tây Âu
南欧 <small>なんおう</small>	Southern Europe / Nam Âu
欧米 <small>おうべい</small>	Europe and America, the West / Âu - Mỹ, chỉ phương Tây nói chung

す

せ

ま

み

ろ

わ

<著者> アークアカデミー

1986 年創立、ARC グループ校として、ARC 東京日本語学校、アークアカデミー新宿校、大阪校、京都校、ベトナムハノイ校がある。日本語教師養成科の卒業生も 1 万人を超え、日本語を通して社会貢献できる人材育成を目指している。

監修　遠藤 由美子（えんどう ゆみこ）
早稲田大学大学院日本語教育研究科修士課程修了
アークアカデミー新宿校校長
執筆　山田 光子（やまだ みつこ）
立教大学文学部教育学科卒業
ARC 東京日本語学校講師
協力　関 利器（せき りき）
ARC 東京日本語学校専任講師

はじめての日本語能力試験
N3 単語　2000　[英語・ベトナム語版]

2016 年　6 月　2 日　初版　第 1 刷発行
2021 年　4 月 15 日　初版　第 7 刷発行

著　者	アークアカデミー
翻訳・翻訳校正	Red Wind（英語）
	LÊ LỆ THỦY / NGUYEN DO AN NHIEN（ベトナム語）
イラスト	花色木綿
装丁	岡崎裕樹
編集・DTP	有限会社ギルド
発行人	天谷修身
発行所	株式会社アスク出版
	〒 162-8558 東京都新宿区下宮比町 2-6
	TEL 03-3267-6864　FAX 03-3267-6867
	https://www.ask-books.com/
印刷・製本	日経印刷株式会社

アンケートにご協力ください
PC https://www.ask-books.com/support/　Smartphone